AF833708

सकाळ प्रकाशन

विचारयात्रा

प्रा. डॉ. केशव सखाराम देशमुख

लेखक, समीक्षक व कवी

नांदेडमधील स्वामी रामानंद तीर्थ मराठवाडा विद्यापीठ येथे गेली अनेक वर्षे प्रोफेसर व मराठी विभागप्रमुख म्हणून कार्यरत असलेले डॉ. देशमुख तेथील मराठी अभ्यास मंडळाचेही अध्यक्ष आहेत. महाराष्ट्र सरकारच्या भाषा सल्लागार समितीचे तज्ज्ञ सदस्य म्हणून ते योगदान देत असतात. बोलीभाषांचे अभ्यासक म्हणून ते सर्वपरिचित आहेत. प्रादेशिक पातळीवरील निरनिराळ्या सात मराठी साहित्य संमेलनांच्या अध्यक्षपदाचा बहुमान त्यांना मिळाला आहे. अखिल भारतीय मराठी साहित्य संमेलनांत अनेकदा कवी, मुलाखतकार म्हणून त्यांना निमंत्रित केले जाते. भारत सरकारच्या साहित्य अकादमी आयोजित राष्ट्रीय साहित्यविषयक उपक्रमांतही ते सहभागी असतात. आजवर त्यांचे पाच काव्यसंग्रह, चार समीक्षा ग्रंथ आणि दोन ललितलेखांचे संग्रह प्रकाशित झाले आहेत. महाराष्ट्र सरकारतर्फे केशवसुत, बालकवी या प्रतिष्ठेच्या वाङ्.मय पुरस्कारांनी तसेच इतरही अनेक पुरस्कारांनी त्यांना गौरविण्यात आले आहे. नांदेड, औरंगाबाद, गडचिरोली, सोलापूर, लातूर, पुणे, अमरावती, नागपूर येथील विद्यापीठे, तसेच स्वायत्त विद्यापीठांच्या अभ्यासक्रम आणि संशोधन समित्यांवर विषयतज्ज्ञ म्हणून त्यांची नियुक्ती असते. ग्रामीण माणूस, ग्रामीण समाज, ग्रामीण संस्कृती आणि साहित्यासंबंधी आस्था आणि मानवतावादी कळवळा हे त्यांच्या एकूण लेखननिर्मितीचे मुख्य सूत्र आहे.

आमची अन्य काही वाचनीय पुस्तके

भाषा चिंतन
डॉ. केशव सखाराम देशमुख
रु. २००

ग्रामशिदोरी
डॉ. केशव सखाराम देशमुख
रु. १०४

संवाद बळीराजाशी
डॉ. द. ता. भोसले
रु. १२५

धोक्यात हरवणारी वाट
मंगला गोडबोले
रु. १६०

आरशात डोकावून पाहताना
मंगला गोडबोले
रु. १६०

अश्रूंची फुले
संदीप काळे
रु. २७०

माणुसकी
संदीप काळे
रु. २४०

विचारयात्रा

डॉ. केशव सखाराम देशमुख

सकाळ प्रकाशन

Vicharyatra

© Dr. Keshav Sakharam Deshmukh

विचारयात्रा

© डॉ. केशव सखाराम देशमुख

सकाळ मीडिया प्रा. लि.
५९५, बुधवार पेठ, पुणे – ४११ ००२
०२०-२४४० ५६७८ / ८८८८८ ४९०५०

www.sakalmediagroup.com | sakalpublications.com

sakalprakashan@esakal.com

प्रथम आवृत्ती : जून २०२१

ISBN : 978-93-89834-60-4

संपादन : ऐश्वर्या कुमठेकर

मुखपृष्ठ : संदीप देशपांडे

अक्षरजुळणी : संदीप घावरे

संत गाडगेबाबा,
राष्ट्रसंत तुकडोजी महाराज,
पंजाबराव देशमुख

लोकप्रबोधन आणि जनकल्याणासाठी
तुमचे विचार, तुमचे कार्य चंद्रसूर्याप्रमाणे
सदैव तळपतच राहील...

धरत्रीच्या कुशीमधीं
बीयबियानं निजलीं
वऱ्हे पसरली माटी
जशी शाल पांघरली

बीय टरारे भुईंत
सर्वे कोंब आले वऱ्हे
गह्यरलं शेत जसं
आंगावरती शहारे

ऊन वाऱ्याशीं खेयतां
एका एका कोंबांतून
पर्गटले दोन पानं
जसे हात जोडीसन

बहिणाबाई चौधरी

मनोगत

'विचारयात्रा' या ग्रंथातील माझे हे ललितलेखन वाचकांना आनंदासोबतच विचार करावयास प्रवृत्त करील, अशी मला आशा आहे. मानवी भावनांनी भिजलेले हे लेखन माणुसकीचे गाणे माणुसकीच्या नव्या सुरात सांगणारे म्हणता येईल. आयुष्य जेवढे वाटावे, तेवढे सुंदर नाही. तिथे संघर्ष आहे, अडथळ्यांची शर्यत आहे, दुःखांच्या वाटा आहेत आणि इथं सुखांच्या जागाही आयुष्याच्या खेळपटावर असतातच. मग यामध्ये माणूस कधी हरतो, पुन्हा जिंकतो. जगण्याच्या खेळांचा अर्थच या ललितलेखांमध्ये वाचकांना गवसेल.

खरं म्हणजे तसा मी माती-माणसांत गुंतलेला माणूस. मी खेड्यातला. माणूस, समाज, भावभावना, भाषा, संस्कृती, निसर्ग, जीवन, शेतशिवार, माती, गाव यांच्याशी माझे घट्ट असे नातं आहे. मायलेकरांप्रमाणे. हे ललितलेखन याच पवित्र मातीच्या पुण्याईमधून मला करता आले. माती, पाणी, उजेड, वारा यांच्या सुगंधाला धरूनच मी केलेले हे लेखन आहे. माझ्या मनाचा आणि माझ्या मनातला आवाज एकप्रकारे या विचारयात्रेत मिसळलेला वाचकांना ऐकू येईल. मूळात कालचे गाव आजच्यासारखे नाही. कालची शेती आज पूर्वीसारखी राहिलेली नाही. मात्र, कष्टाला मोल नाही आणि घामाला किंमत नाही, अशा सतत दुःखांच्या काठांवर शिवारांतला, गावातला माणूस आयुष्य कंठतो आहे. या माणसांच्या श्वासांमधील उच्चार म्हणजे ही विचारयात्रा आहे. वादळवारा, ऊन-पाऊस झेलणाऱ्या माणसांच्या या सत्यकथा आहेत ज्या काळजांतून उमटल्या आहेत.

ही विचारयात्रा खात्रीने पसंत पडणारी आहे. कारण,

ही विचारयात्रा माणुसकीचा पुनःपुनः उद्घोष करत राहते.

ही विचारयात्रा माणसांच्या चांगुलपणाला पाठिंबा देत राहते.

ही विचारयात्रा माती व माणसांच्या न्यायाची तहान बाळगणारी आहे.

ही विचारयात्रा कष्टाला समानतेचा तराजू मागू पाहते.

ही विचारयात्रा भुकेचा अर्थ सांगते, तहानेचा सारांश मांडते.

ही विचारयात्रा भलाई नोंदवते आणि बुराई धिक्कारते.

आकाश-धरणीवर नांदणाऱ्या माणसांची बाजू घेणारी ही 'विचारयात्रा' आहे. प्रत्येक वाचकास आपले प्रतिबिंब यात उमटलेले दिसेल. 'सत्य सांगण्याची प्रतिज्ञा व वास्तव मांडण्याची इच्छा' हे या ललितलेखनाचे मुख्य सूत्र म्हणता येईल. वय, वर्ग, प्रदेश, भेद, लिंग, धर्म, देश, संस्कृती या सर्वांचे मुक्त चिंतन लोकशाहीला धरून आणि स्मरून या ठिकाणी व्यक्त होताना दिसते. लेखरूपांतील हे माणुसकीचे गीत आहे जे माणूस मानते आणि वर्तमान सांगते.

मान्यताप्राप्त, प्रतिष्ठित 'सकाळ प्रकाशन, पुणे' यांच्या प्रती मी कृतज्ञता प्रकट करतो. माझे हे सर्व लेखन, यापूर्वीचे पुष्कळ लेखन या मातब्बर प्रकाशन संस्थेने महाराष्ट्र तसेच महाराष्ट्राबाहेर पोहचविलेले आहे, याकरिता मनःपूर्वक आभार. मायबाप वाचकांचे धन्यवाद. तुमच्या दाद, साद, प्रतिसादांमुळे मला सतत शक्ती लाभत गेली आहे. 'सकाळ प्रकाशन' संस्था परिवार तसेच 'ॲग्रोवन' दैनिकांतील सर्व मान्यवर यांचे मनापासून आभार व्यक्त करतो आणि माझे हे मनोगत पूर्ण करतो.

– डॉ. केशव सखाराम देशमुख

अनुक्रमणिका

पत्रावळीची कळ, जगण्याचं बळ

दूरच्या गावांमधून आणि कितीतरी अडचणींचा सामना सहन करत मुलं, मुली शिक्षणापोटी शहरात येतात. तिथे कॉलेज, विद्यापीठात नेटाने शिकतात. हे सार्वत्रिक अशा स्वरूपाचे उदाहरण आहे. यात पुष्कळ मुलांची जीवनाची पाटी कोरी असते. मागेही आणि पुढेही. मागे अशासाठी की, तिथे मायबाप हाडांची काडं करतात, रक्ताचं पाणी करतात. कष्ट गुणिले कष्ट असा खेड्यांतील मायबापांचा रोजचा प्रवास! मुलांच्या पुढे उद्याचे चित्र फार छान आढळत नाही. कारण, दोन-तीन पदव्या मिळवून किंवा नोकरीच्या अटी पूर्ण करून सर्वांना नोकऱ्या मिळण्यासारखे अनुकूल वातावरण तरी दिसते कुठे? तरीपण मुलं जिद्द आणि आशेने शिकतात. दोन वेळा जेवणाची भ्रांत असते. पण, ही मुलं डोळ्यांमध्ये स्वप्नांच्या फुलपाखरांचा थवा घेऊन जगतातही. शिकतातही. ही वस्तुस्थिती कुणा पटो की न पटो, पण खरी आहे.

नांदेडपासून जवळच असलेल्या कंधार तालुक्यात माळबामणी नावाचे गाव आहे. ध्येय आणि असंख्य स्वप्नं घेऊन विद्यापीठात उच्च शिक्षण घेण्यासाठी दाखल झालेला धडपड्या विद्यार्थी शंकर मुकिंदा सिनगारपुतळे. मूलतः मराठी विषय निवडून एमए सारखं शिक्षण घेत असलेली शंकरसारखी मुलं विद्यापीठात खूप. त्यांचे चेहरे पाहिले किंवा स्वभावातला मोकळे-ढाकळेपणा पाहिला किंवा वागण्यात, राहण्यात शांती व तळमळ पाहिली की ही मुलं गरिबीतून आली हे लगोलग कळतंच. खूप ऐकावं आणि खूप वाचावं, ज्यामुळे पुढे जाता येईल आणि परिस्थितीचा मागचा वाळवंटाचा प्रवास खलास करता येईल, अशी एक धमक या मुलांच्या चेहऱ्यांवर मला सतत व हमखास दिसत राहते. शंकर सिनगारपुतळे हा मुलगा तशी धमक आणि जिद्दीचा दाखला म्हणता येईल.

शंकरनं त्याची आत्मकथा एकदा कथन केली आणि मी त्याला सारा जीवनपट विस्तारानं सांगावयास सुचविलं आणि तो खुलला. बोलत राहिला...

घरी आईवडील, इतर भाऊबंद आणि स्वतः शंकर पानांनी बनवलेल्या जेवणासाठी लागणाऱ्या पत्रावळ्या बनवतात. पान पान जोडून शोभिवंत पत्रावळी बनवणं, यात जगण्याचं छोटं साधनही आहे आणि कौशल्यही. एखादी वस्तू बनविण्याची कला किंवा सौंदर्यदृष्टी जगण्याचाच भाग असते. शंकरचं सगळं घर हा असा जगण्याचा सुंदर मार्ग निवडते. पुढे शंकरसह सगळे भाऊ शिकले. शिक्षणाने नवी नजर मिळाली. गाव सुटले आणि हा शंकर विद्यापीठाच्या नकाशावर ज्ञानमार्गाने पोचला. त्याच्या गत जीवनात पत्रावळी श्रमाची कळ आणि कळकळ तो बोलताना जाणवत राहते. पण जगण्याचे बळ त्याला माळबामनी गावात राहणाऱ्या मायबापांच्या श्रमसंस्कृतीमधूनच गवसले. शंकरचा प्रवास खडतर गरिबीचा. रोज जगण्यासाठी जिद्दीने कष्ट करण्याचा प्रवास आहे. त्याचे वळण छान. भाषा समजदार. वागणे नीट सरळ आणि त्याच्या डोळ्यांतली चमक भाषेचा भाग झालेली.

न चुकता विद्यापीठात रोज हजर राहणारा हा मुलगा उद्याच्या उषःकालात स्वतःच्या जिद्दीचा उजेड साकार करील, याबद्दल मला संदेह वाटत नाही. बोलता बोलता सहज ओघात तो म्हणाला, "सर मी कादंबरी लिहिली. शंभरपेक्षा जास्त पाने लिहून झाली. जगण्याला जोडलेली आणि सगळ्या माझ्या कुटुंबाची श्रमकहाणी सांगणारी 'पत्रावळी' हा कादंबरीचा मुख्य विषय आहे. खेडे, माणसे, प्रवृत्ती, गरिबी, श्रीमंती, अभाव, कष्ट हा सगळा भाग मी लिहिला असून हे लेखन तुम्हाला दाखवायचे आहे. मला मार्गदर्शन करा." शंकरकथा सांगून झाली. मला त्याच्या लेखनाची उत्सुकता लागली. सरासरी मुलं प्रथम काही लिहू म्हटलं की, गाणी लिहितात. किंवा वाईट प्रेमकविता लिहितात. त्या वरवरच्या व टाकाऊ कविता असतात. कॉलेजमधील प्रतिभेची पहिली धार ही अशी उसनी व उथळ असते. या पठ्ठ्यानं थेट कादंबरीच लिहिली म्हटल्यावर मलाही आनंद झाला. माझ्यातली मास्तरकी जागी करत मी त्याला कादंबरी लेखन, विषय, स्वरूप याबद्दल चार गुणांच्या, हिताच्या गोष्टी सांगितल्या. त्याला त्या पटल्या. उद्या तो काय लिहील, काय होईल हे चटकन नाही सांगता येणार. पण, त्याचा ध्यास गढूळ नाही. त्याची स्वप्नं खोटी व रंग उडून गेलेली नाहीत. घरातल्या कष्टाचा रंग मात्र त्याच्या वर्तनात लपून रहात नाही हे क्षणात ओळखले. शंकर एमए उत्तम पद्धतीने नक्कीच होईल. पण हे करताना त्याचं वाचन, त्याची समज, त्याचा अभ्यास या सगळ्या गोष्टींना छान धार आणि नीट टोक मात्र खरोखरच प्राप्त होईल! शंकरप्रमाणे चमकून उठणारे असे हिरेमोती खेड्यापाड्यांच्या नांगरून पडलेल्या काळ्या भुईमध्ये पुष्कळ आहेत. अशी मुलं जमिनीला सौंदर्य प्राप्त करून देतात आणि आपल्या गावाला ओळखसुद्धा!

❖❖❖

ड्रायव्हर नावाचा एक माणूस

मुळात माणूस हा प्राणी चलाख आणि नंबरी असतो. ही चलाखी आणि हा नंबरीपणा स्वभावानुसार वेगवेगळा असतो. या चलाखीत स्वार्थ असतात. या नंबरीपणात ज्याचे त्याला मतलब कळत असतात. परंतु याविरुद्ध वागणारीही माणसे असतात. म्हणजे भोळसट, सुमार, भाबडी, वेंधळी, वेडपट, सरळमार्गी, साधी. असे माणसांचे हजार नमुने दाखविता येतात. म्हणजे ज्याचे त्याचे वागणे ज्याच्या त्याच्याप्रमाणे असते हे तर अगदी आणि नगदी खरे!

ड्रायव्हर म्हणजे वाहनचालक नावाचा वर्ग हा पुष्कळदा तरबेज, हुशार असतो. त्यांची नजर मुळात पक्की असते. त्याचा कान तयार असतो, डोळे तयार असतात. वाहन सतत भिंगरीसारखं फिरविणे हा त्यांचा खरा स्वभाव. आणि त्यांची माणसांबद्दलची पारख सूक्ष्म, पुष्कळशी पक्की असते. त्यांचा माणसांचा अभ्यास, साहेबांचे, बॉसचे स्वभाव ड्रायव्हरला नीट ठाऊक असतात. जर चालक नेहमीचे असतील, सतत बॉससोबत वावरणारे, फिरणारे असतील तर त्यांना मालकांचे पिंड नीट माहीत असतात. भाडेतत्त्वावर गाडी चालविणाऱ्या चालकांना सगळ्या ग्राहकांना ओळखायला वेळ लागतो. पण तरीही चालकांचा डोळा आणि त्यांचा कान सताड उघडा असल्यामुळे गिऱ्हाईक/भाडेकरू ओळखायला त्याला फार वेळ लागत नाही. चालक कधीच एका साच्यातले नसतात. 'व्यक्ती तितक्या प्रकृती' हा नियम त्यांना अपवाद नसतो. म्हणजे रिक्षाचा ड्रायव्हर, ऑटोचा ड्रायव्हर, कॅबचा ड्रायव्हर, ट्रक ड्रायव्हर, बस ड्रायव्हर, आरटीओ विभागातील, पोलिस विभागातील ड्रायव्हर, उच्चपदस्थ साहेबांच्या गाड्यावरील ड्रायव्हर, मंत्र्यांचे ड्रायव्हर, संपादकांच्या गाड्यांचे ड्रायव्हर, आम नेत्यांचे ड्रायव्हर, धनवान मालकांचे ड्रायव्हर. ड्रायव्हरांचे हे विविध प्रकार पुष्कळ वाढवता येऊ शकणारे आहेत.

वाहन चालविण्याच्या ढंगावरून किंवा रस्ते वाहतुकीच्या नियम पालनांवरून चालकांची नेमणूक किंवा गच्छंती ठरते. वर्तन, नियम, वाहनांची निगा, काळजीपूर्वकता, सचोटी, शिस्त यामध्ये नीट उतरणारे चालक 'उत्तम' श्रेणीत

मोडतात. व्यसनाधीन चालकांना दीर्घकाळ मान्यता लाभत नाही. बेदरकार वाहन चालविणारे चालक इतरांसह स्वतःचा जीव धोक्यात घालतात. असे चालक लोक अमान्य आणि साहेबांच्या नापसंती यादीत जातात. याबाबतचा माझा जवळजवळ वीस वर्षांमधील चालकांचा अनुभव वाईट नाही. शक्यतोवर चांगल्या एजन्सीच्या गाड्या वापरणे मी पसंत करतो. 'मालक-मी-गाडी-चालक-सेवा' हे सूत्र मी एकसूत्र ठेवलं आहे. मालकीच्या गाडीचा आनंद मला भाडेतत्त्वावरील गाड्यांनी दिला आहे.

देवानंद स्वामी, संजू तुकाराम रावते, अविनाश प्रशांत अशा विविध उत्तम चालकांनी माझे सारथ्य केले आहे. आदरणीय शरद पवार साहेबांनी त्यांच्या 'लोक माझे सांगाती' या अत्यंत उद्‌बोधक ग्रंथात 'गामा' नावाच्या आपल्या निष्ठावान, प्रामाणिक, शिस्तबद्ध, नेक चालकावर खास मजकूर लिहिला आहे. माणूस, माणुसकी, निष्ठा आणि इमान या सर्व मौलिक गोष्टी गामात दिसतात. असे चालक दुर्मिळ गुणांमध्ये मोडले जातात. मात्र हातांची पाचही बोटे सारखी नसतात. त्याप्रमाणे चालक हा मूळात माणूस आहे आणि माणूस परिस्थिती, व्यक्तीनुसार बदलतोच.

मला पुष्कळदा चारचाकी वाहनासोबत संजू तुकाराम रावते, मुक्काम येहळेगाव तुकाराम, ता. कळमनुरी, जि. हिंगोली हा चालक लाभत गेला. त्याने मला सांभाळले आहे आणि मी त्याला जपले आहे. मी सतत चालकाच्या जेवणाची आणि त्याच्या विश्रांतीची काळजी घेतली. तो माणूस आहे याबद्दलचा विसर मला कधी पडत नाही. संजू रावतेची भाषा गावभाषा आहे. त्याच्या भाषेत एक मोकळेपणा, एक वाहतेपणा आणि गावाचा गोडवा आहे, जो मला फार भावतो. गावांकडचा एक मुलगा धडपड करत शहरात येतो. तिथे चिकाटीने चालक म्हणून काम करतो. स्वामी नावाच्या मालकाचा विश्वास मिळवतो, ही गोष्ट मला मोलाचीच वाटते. अशी जिद्द असणारे चालक शंभर किंवा हजार दाखविता येतील. संजू रावते बोलता बोलता म्हणाला, "सर, मला माणूस या विषयावर पुस्तक लिहायचं आहे. तुमचं त्यासाठी मार्गदर्शन हवं आहे." त्याचं सहज हे बोलणं माझ्यासाठी चालकरूपी माणसाची नवी ओळख ठरलं. प्रतिभा किंवा विचार या गोष्टी विशिष्ट लेखकांच्या मनातच उगवतात? नाही! संजूला लिहावं वाटणं ही महत्त्वाची गोष्ट आहे. आणि चालक असलेल्या माणसानं असा लेखक म्हणून माणसाचा शोध घेणं मला झकास आवडलं.

❖❖❖

थेंबाथेंबात सामावली तहानेची उत्तरे

पाण्याचा वापर बेसुमार पद्धतीने होऊ लागला की, उद्याच्या दिवसांबद्दल भीती वाटू लागते. दोन-तीन वर्षांपूर्वी मराठवाड्यातील लातूर शहराला रेल्वेद्वारे पाणीपुरवठा करण्यात आला. बहुतांश मराठवाडा हा सतत पाण्याच्या संकटाशी सामना करणारा प्रांत आहे. कधी व्यवस्था छळते तर कधी (म्हणजे सततच) निसर्ग छळतो. पण यातून माणसं शिकत नाहीत. 'थेंबे थेंबे तळे साचे' हा न्याय पाणी वापरताना आपण विसरून जातो. 'पाण्याचा वापर जपून करा' किंवा 'पुढचं युद्ध झालं तर ते पाण्यासाठी होईल'; हे इशारे आपण एका कानाने ऐकून दुसऱ्या कानाने सोडून देतो. 'जल है तो कल है', अशा विचारांचा परिणाम आपल्यावर फारसा होत नाही. जल, जमीन, जंगल हे तीन विषय आपण फार बारकाईनं समजून घेतले पाहिजे. यासाठी पर्यावरणप्रेमींनी जिवाचे रान केले आहे. पण त्याचा समाजावर फार परिणाम होताना दिसत नाही.

रानात किंवा शहरात एखाद्या निर्मनुष्य भागात जलवाहिनी, पाण्याचे पाईप फुटतात. अशा पाइपांकडे वेळीच लक्ष दिले जात नाही. आणि लक्षावधी लिटर्स पाणी चक्क वाया जाते. थेंब थेंब अहोरात्र घरीदारी नळ ठिबकत राहतात. त्याकडे लक्ष दिले जात नाही आणि मग किती दिवसांपासून पाणी किती वाया गेले असेल याचा अंदाज येत नाही. बाथरूममध्ये पाण्याचे पूर अनुभवणारे लोक किंवा अंघोळीसाठी बेसुमार पाण्याचा वापर करणारे लोक पाण्याबद्दल किती संवेदनशील असतात? मी वापरलेला नळ गरज संपली म्हणजे व्यवस्थित बंद करायला हवा. याबद्दल आपण किती जागरूक किंवा संवेदनशील असतो? या एकूण निष्काळजीपणातही पाण्याची समस्या समजून घेता येणारी आहे. केवळ जलसाक्षरतेचे धडे देऊन पाण्याविषयीची जागरूकता वाढेल? शहरांच्या भिंती संदेशांनी रंगवल्यामुळे पाणीप्रश्न समजून घेता येईल? अर्थात हे सामाजिक परिणाम, या लोकप्रेरणा महत्त्वाच्या आहेतही. पण यापेक्षा माणसा माणसाला पाण्याची गरज व पाण्याचे महत्त्व अनुभवातून कळायला हवे. थेंबाथेंबामध्ये मुळात

तहानेची उत्तरे सामावलेली आहेत. हा मुद्दा प्रत्यक्ष जगण्यात, आचरणात असायला हवा. कायमच पाण्याचा वापर जपून करण्याबद्दलचा संस्कार हा आपला मुख्य संस्कार होण्याची गरज आहे. तिकडे खेड्यामध्ये आणि शेतशिवारांमध्ये जीवन झालेल्या पाण्यासाठी रोज जनतेला केवढा आटापिटा करावा लागतो. नद्या, विहिरी, आड, हापसे यांचा शोध घेत डोक्यांवर रिकामे हंडे घेऊन जेव्हा बायामाणसं पाण्याच्या शोधात माळरान पायांखाली तुडवतात तेव्हा आपले डोळे पाण्याने भरून जातात.

पाण्यासाठी माणसे वणवण फिरतात. दुभत्या जनावरांना, जंगलातील पक्षी प्राण्यांना पाणवठे शोधायला सर्व जंगल भटकावे लागते. विहिरी आटलेल्या असतात. हापसे (हॅन्डपंप) बंद पडलेले असतात. नद्या वाळवंट झालेल्या असतात. अशा स्थितीत पाण्याचे संकट हे प्रचंड गहन झालेले असते. कोसळणारा पाऊस आणि साठवलेले पाणी याबद्दल सामूहिक पातळीवरची सामाजिक जागरूकता जोपर्यंत वाढत नाही, तोपर्यंत पाण्याचे संकट मिटत नाही ही वस्तुस्थिती मान्य करायला हवी. कुणी एकट्याने पाणी वाचवून असा खारीचा वाटा उचलून किती फरक पडणार आहे? त्यासाठी जगसागर तयार व्हायला हवा. जनतेची साखळी तयार व्हायला हवी. हे झाले तर पाण्याच्या संकटावर इलाज निर्माण होऊ शकतात. अन्यथा, पाण्याबद्दलची आपली वाढती बेफिकिरी उद्या तडफडून वेदना सहन करायला कारणीभूत ठरू शकते.

रॅमन मॅगसेसे पुरस्कारविजेते आणि पाण्यासाठी श्रेष्ठ कार्य करणारे 'जोहड'चे जनक डॉ. राजेंद्रसिंह राणा यांनी सांगितलेली त्यांच्या बालपणातील आठवण फारच बोलकी तसेच अंतर्मुख करणारी आहे. ते सांगतात, 'लहान असताना मला खेळायची फार आवड होती. घराच्या अंगणात आम्ही खेळायचो. बाजूला आजोबा बाजेवर बसलेले असायचे. त्यांच्या बाजेला लागूनच पाण्याचे खापराचे भांडे असायचे. एकदा खेळता खेळता आमच्या चेंडूचा फटका पाण्याच्या त्या भांड्याला लागून भांड्यातले निम्मे अधिक पाणी वाया गेले. हे बघून आजोबा चिडले, अस्वस्थ झाले. रागावत ते म्हणाले, भांड्यातले जेवढे पाणी गेले, तेवढे तुझे आयुष्य कमी होईल.' आजोबांचे हे बोल बालक राजेंद्रसिंहाने मनावर घेतले आणि जगाला हेवा वाटावा असे जलसंचयाचे कार्य त्यांनी उभे केले. पाण्याचे नाते हे तुमच्या एकूणच आयुष्यासाठी तसेच भविष्यासाठी कसे जोडलेले आहे. यासाठी जोहडवाल्या बाबांचा हा दाखला खूप काही सांगून जाणारा आहे.

❖❖❖

कुढत नको, गड चढत जगता येते

हा उमजला जन्म म्हणजे
आयुष्यालाही फूल मिळते
हे समजून घेतले जगणे
तर मग जगणेही कळते
जसा ऊन पावसाळा तसा काळ
जमीन खाली वर आभाळ!!

जरा जखम झाली की, रडत बसतात काही लोक. थोडी झळ बसली की त्रस्त असतात काही लोक. खिन्नतेला असे धरून बसणे फार बरे नसते. भित्त अंध व्यक्ती रेल्वेच्या डब्यात काहीबाही विकून, गाणे म्हणून, गाणे गात गात, केवढ्या जिद्दीने जगण्याचे सोने करतो, हे दृश्य आपण पुष्कळदा पाहतो. त्याला जिद्द आणि जीवन कळलेले आहे. पण हातपाय धड असणाऱ्या पुष्कळ माणसांना ना जीवन कळते ना जीवनाची अनमोलता कळते.

बाबा आमटे यांच्या आनंदवनातली ती सगळी माणसं दुःखावर, जखमांवर, वेदनांवर मात करत आयुष्याचे फूल करताना जगाने पाहिली आहेत. स्वावलंबनाचे धडे त्यांनी विश्वाला दिले आहेत. स्वाभिमानाची नवी भाषा त्यांनी समाजाला दिली आहे. दुरितांचे तिमिर जावो आणि विश्वस्वधर्म सूर्य दाखविणारी बाबा आमटे यांची ही दिव्यदृष्टी सर्व जगाच्याच मनात हम होंगे कामयाब'ची एक प्रचंड ऊर्जा निर्माण करून जाते. जगामध्ये 'अशक्य' नावाची कोणतीच गोष्ट नाही आणि 'पराभव' नावाचाही शब्द हा आयुष्यातून हद्दपार करता येतो. वेदनांची फुलं करता येतात. हे सारे जीवनदर्शन दाखविणारे माणुसकीचे स्थळ हे आनंदवन आहे. आनंदवनाची तुमची एक भेट इतर कुठल्याही सहलीपेक्षा जास्त श्रेष्ठ आहे! कुढत कुढत जगायचं कशासाठी? उलट यशाचा एकेक गड चढतच जगायचं असतं हा संदेश देणाऱ्या जगात खूप जागा आहेत. त्यापैकी एक आनंदवन!

निसर्गाचे आघात होतात. अपघात घडतात. संकटे येतात. शरीराचे अवयव जायबंद होतात. या सगळ्यांमधून सावरून माणसे पुनः हिंमतीनं उभी राहतात. अशा संकटांवर मात करून धीराने जगण्याला सामोरी गेलेली माणसं एक नाही तर लक्षावधी आहेत. त्यांच्याकडे पाहिले की जिद्द दहापट वाढते. आयुष्याचे वाचन त्यांच्याकडे बघताना करता येते. कल्पनेपेक्षा वास्तव हे जास्त बोलके व प्रभावी असते हे समजून घ्यायला या प्रकारची उदाहरणे समाजाला जास्त शिकवतात. विविध वाद्ये वाजविणारे लोक किंवा सुमधूर गायन करणारे लोक तुम्हाला पुष्कळदा जत्रेत, बाजारात, मंदिरापुढे, बसस्थानकात, दवाखान्यांसमोर, सार्वजनिक ठिकाणी किंवा लोकांच्या गर्दीत भेटतात. त्यांनी उणिवांवर मात केलेली आहे. त्यांनी वेदनांचे फूल केलेले असते. त्यांनी आयुष्य खरोखर समजून घेतलेले असते. जीवनाचे सत्यम् शिवम् सुंदरम् हे असे चौकाचौकांत शोधले म्हणजे सापडते. म्हणूनच खऱ्या मानवी आस्था या अशा सापडतात. म्हणूनच प्रेरणांच्या जागा या अशा स्वरूपाच्या असतात. रडत बसण्यात काही मिळत नाही. त्यातून उदबत्ती जळून संपून जावी तसे आयुष्यच संपून जाते. निराश, नाराजींच्या ढगांना हाकलून लावता यावे. ही ज्याच्या त्याच्या हातांतली गोष्ट आहे.

सतत कुरकुर करणारी माणसंही असतातच. तक्रारींचा पाढा वाचणारी माणसं जगात कमी नाहीत. हे का ते अशा गोंधळात सापडलेली माणसं असतातच. चालढकल करत आळस अंगावर घेऊन दिवस मोजणारी माणसं जगात नाहीत असं नाही. अशा लोकांची संगत टाळणं उत्तम. त्यांच्या सहवासात न राहाणं जास्त छान! 'ना तुला ना मला, घाल कुत्र्याला' असा आशावाद बाळगत जगणाऱ्या माणसापासून जरा दूर राहाणे हे जास्त हिताचे असते. यापेक्षा जागरूक, सावधान राहात जगणे हेच सर्वश्रेष्ठ. कान उघडे ठेवत, डोळे उघडे ठेवत, विचार पक्का ठरवत आणि मनगटांतली ताकद, ज्याकडे आपलं सतत लक्ष असणं, यामध्ये जगण्याची सगळी उत्तरे सामावलेली असतात. अखेर खरे हेच आहे,

ज्यांना मनगटांतले पोलाद कळले
ज्यांना बुद्धिमत्तेचे तेज कळले
ज्यांना आयुष्याची दुर्मिळता कळली
ज्यांना जगण्याची गंमत कळली
असे लोक विजयपथाचे
प्रवासी असतात!

❖❖❖

मुखवटा आणि चेहरा

एक साधा नियम असतो. जे आहे ते आहे आणि जे नाही ते नाही. सत्य कधीही लपत नाही आणि खोटे कधी तरी उघडे पडतेच. आपण भ्रमात खूप जगायचा प्रयत्न करतो. नाटक बघायला छान; पण सतत जगण्यात 'नाटक' करणं फार बरं दिसत नाही.

मुखवटा आणि चेहरा. एक खोटा, दुसरा खरा, जो फार काळ लपवता येत नसतो. लहान मुलं खेळ-खेळ करायचा म्हणून वाघाचा - सिंहाचा मुखवटा गंमत म्हणून मूळ चेहऱ्यावर लावतात. हे बघून मोठी माणसं 'घाबरल्यागत' करतात आणि मुलांना मौज येते! मनोरंजनातली ही खेळी गमतीमधून खूप छान दिसते. मात्र, प्रत्यक्षात असा वाघ समोर आला किंवा हत्ती पुढं आला तर आपली पाचावरण धारण बसते. कारण सत्य किंवा वास्तव अंतिम असतं. नक्कल करणं वेगळं आणि प्रत्यक्ष दर्शन हे वेगळं असतं. आव आणून गाव जिंकता येत नाही. बनवाबनवी काही वेळ धकून जाते; पण ती नियम नाही होऊ शकत. पण, माणसंच ती. नाना रंग, विविध रूपं, अनेक सोंगं आणि वेळप्रसंगी मुखवटे धारण करतात. आपला कार्यभाग उरकतात. परंतु, यातून एकदा, दोनदा कार्य साधतं; गरज भागते. मात्र कधी ना कधी बेगड फाटतेच आणि खरे बाहेर येते. बेगड आणि शिंग हे दोन जीवनाचे दाखले आहेत. एक सत्य मांडणारा, तर दुसरा सत्य लपवणारा. माणसं, जीवन जगताना त्या दोन्ही दाखल्यांमधून जातात, येतात. याला 'स्वभावधर्म' असेपण म्हणतात.

अंतिम सत्य हे असते, की तुम्हाला तुमच्या सामर्थ्यापेक्षा तुमच्या मर्यादा किंवा क्षमता ठाऊक असल्या पाहिजेत. याचा फायदा झेप घ्यायला जास्त होतो. अंथरूण बघून पाय पसरणे हे जास्त उत्तम. उगीच भ्रमात राहायचे, स्वप्नांतच जगायचे, अहंकाराचा बोजा मनावर ठेवून जगायचे, याला काहीही अर्थ नसतो. आपला आतला आवाज जर सगळ्यांना ओळखता आला तर जगाचा विकास व्हायला उशीर लागणार नाही.

मी मी असा मीपणाचा पाढा सतत घोकत बसून फार फायदा तर नाही; पण खूप तोटा मात्र नक्की होऊ शकतो. कारण, गर्वाचे घर नेहमी खाली राहिलेले

आहे. आणि याउलट मुंगी होऊन साखर खाता येते, हा जगरहाटीचा अनुभव आहे. आपण जसे आहोत, तसं स्वीकारणे यात प्रगतीची बीजे आणि समाधानाचे अंकुर सामावलेले असतात. हे ज्याचे त्याला कळले तरी पुष्कळ झाले.

जे मूळ आहे, जे आत आहे, जे आहे तेच खरे. चकाकणारे सोने नसते; पण जगाचीच रीत आहे. 'फसवणे', 'दाखवणे' अशाप्रकारचे कृतक, वृथा, खोटे रंग माणसे विविध प्रकारचे बचाव करण्यासाठी दाखवत राहतात; आणि लकडी दाखवली, की मग मकडी वठणीवर येते. चोर कधी सांगत नसतो, की लोकहो, मी चोर आहे, तो सभ्यपणाचा मुखवटा घेऊन लोकांत आम लोकांसारखा वावरतो. संधी आली म्हणजे आपल्या दुष्कृत्यांचा कार्यभाग उरकून तो पोबारा करतो. कारण, मुळात मुखवटे फसवेच असतात, हे कधी ना कधी कळते. साखर ही वस्तू गोड आहे, ठीक. पण म्हणून कागदाच्या बारीक चिठोऱ्यावर साखर असा शब्द लिहिला आणि तो चिठोरा जिभेवर ठेवला तर गोडी कळेल का? त्यासाठी प्रत्यक्ष साखर नावाची वस्तू, तो पदार्थ चाखावा लागेल, तरच गोडी कळेल! इथे सांगणे, वर्णन करणे, माहिती याला अर्थ नाही. अनुभवच मोलाचा. तोच अंतिम! आणि सत्य हेच सत्य. सगळ्या बाजूंनी पाहिले बघा सत्य हे सत्य असते. खूप गोष्टी दाखवता येत नसतात, तो अंगीकृतच भाग असतो. 'आहे मूळचाचि खरा' हे संतवचन अखेर अंतिम असते. हे ज्याचे त्याला कळायला हवे. विविध दाखले देऊन, निरनिराळं रूपक मांडून संत नामदेव महाराजांनी जीवनातील अंतिम सत्याचं किती अर्थपूर्ण दर्शन घडविले आहे. सगळ्याच संतविचारांत जीवनाचं अमृत साठवलेले आहे. जीवनभर चिंतन करत आणि अपार अनुभव घेत जगाच्या कल्याणाचे सार संतांनी सांगितले. सगळे पुष्कळदा सांगता येत नाही, दाखवता येत नाही. अनुभवाचाही एक भाग असतो. गुणांचे, अनुभूतींचे दर्शन पुष्कळदा होत नसते, पण प्रत्ययामधून गुणांची गोडी चाखता येते. अशाच स्वरूपाचा संत नामदेवांचा अत्यंत मार्मिक अभंग जो आहे तो असा :

चंद्र सूर्यादि बिंबे लिहिताती सांग ।
परि प्रकाशाचे अंग लिहितां न ये ।। १ ।।
संन्यासाची सोंगे आणिताती सांग ।
परि वैराग्याचे अंग आणितां न ये ।। २ ।।
नामा म्हणे कीर्तन करिताति सांग ।
परि प्रेमाचे ते अंग आणिता न ये ।। ३ ।।

❖❖❖

वाढती हाव... नुसती खावखाव...

पाठीला पोट बांधलेले आहे हे खरे. भूक अटळ आहे हे खरे. जगण्यासाठी धावाधाव सुरू हे खरे. पण, माझे मला आणि तुझेही मलाच... अशी मानसिकता मात्र अधिक गंभीर म्हणायला हवी. माणसांच्या जगाची दोन गटांत विभागणी करता येईल. एक जग श्रीमंताचे आहे आणि ते पैशांत - सुखांत लोळणारे जग आहे. दुसरे जग सगळी जिंदगी कष्टांत झिजवणारे, भुकेसाठी आटापिटा करणारे, सकाळ-संध्याकाळची चूल कशी पेटेल अशा चिंतेत सापडलेले आहे. हे दुसरे जग गरीब भारताचे चित्र दाखविते. पोट कसे भरायचे? ही रोजची चिंता असणारा मोठा समूह देशात आहे. त्यावर सरकार विचार करीत असते. त्यावर अर्थशास्त्र आपले अहवाल सादर करते. पण, तहानभूक ही कधीच न संपणारी अशी बाब म्हणायला हवी.

आपले व्यवहार आड आले म्हणजे तुमच्या भुकेला स्वार्थाची लाळ जास्त लागते. गरजेपुरते ठीक आणि उत्तम. पण त्यात हाव वाढली, की मग मात्र प्रश्न वाढतात आणि ती गोष्ट गंभीर होऊन जाते. व्यवहाराला मर्यादा हवी, पण ती राहात नाही. 'नको जगू जीवा मतलबासाठी' अथवा 'माणसाचे पाहून व्यवहार खोटेनाटे, बोरी-बाभळीचे आले अंगांवर काटे...' असा मार्मिक विचार बहिणाबाई चौधरी या महान कवयित्रीनं सांगूनच ठेवला आहे. बहिणाबाईंनी व्यवहार ज्ञानावर आणि माणसांच्या एकूणच स्वभावधर्मावर गाण्यांमधून अचूक आणि नेमक्या भाषेत प्रकाश टाकला, हे आपणांस ठाऊक आहेच.

आता हेच पाहा ना! पूर्वीसारखं आज काहीही राहिलेलं नाही. काळ किती वेगानं बदलत चालला आहे. पुष्कळशी दयामाया काळानुसार आटत चालली असं वाटावं इतकं बिकट वातावरण होत चाललं आहे. निवांतपणे एकमेकांशी जिवाभावाचं काही बोलावं, इतका ही संवाद राहिलेला नाही. स्वतःशीच किंवा जवळचं सोडून कुठे दूरच्या माणसांशी आपण बोलून मोबाईलचे गुलाम कधी झालो, हे कळलं

नाही. रोज होणाऱ्या अपघातामुळे डोळ्यांतील अश्रू तर संपले नाहीत, अशी स्थिती वाढत चाललेली पाहायला मिळते. भांडणतंटा हा रोजचा भाग झाला. मनातही ओल अशी चटकन का आटून गेली आहे? आपली संवेदनशीलता इतकी कोरडी का होत चालली आहे? भजनाचा, कीर्तनाचा गावागावांतला सात्त्विक आवाज आता पूर्वीसारखा का ऐकू येत नाही. सगळेजण एवढे एकमेकांना पाण्यात पाहात आहेत? हे खरे की, काळ तर मोठा होत चालला आहे. 'पैसा बोलता है!' हा या जमान्याचा नारा झाला आहे. तसे यात वावगे काही नाही पण. पैशाला जोडून ही हाव आली ती जास्त वाईट. पैशाला जोडूनच जो एक मतलब मोठा झाला, त्याचे स्वरूप माणसामाणसांत बखेडा पैदा करत आहे आणि हे फार चांगले मुळीच नाही. वाढत चाललेली हाव आणि त्यामुळे सर्वांना सुटलेली खावखाव, यामुळे माणसामाणसांतले सौहार्द जास्त धोक्यात आले हे वास्तव आहे. आता हेच पाहा ना, मागच्या पंचवीस वर्षांपूर्वी किंवा त्याआधी खेड्यापाड्यांत काय किंवा कुठेही ताक नावाचा द्रव पदार्थ कधीही विकला जात नव्हता. चहाला लागेल एवढे दूध गिलासात कुणी कुणाला देत होते. पैशांचा विचार नव्हता. आस्था व जिव्हाळा खूप खोल टिकून होता. तुरीच्या शेंगा तेव्हा कुणीही बाजारात विकायला आणलेल्या नव्हत्या. 'शेतांत सगळे पिकते ते सगळे विकायचे असते,' असा विचार मनांत कुणाच्या नव्हता. पिकलेली बोरं खाण्यासाठी नाहीत, ती विकण्यासाठीच असतात, असे वारे पूर्वी माणसांमधून वाहात नव्हते. आज हे चित्र पालटलेले बघायला मिळते. सगळ्या प्रकारच्या शेंगा बाजारात येऊन बसल्या. घरातली, शेतातली खाण्याची वस्तू कुणीही कुणाच्या पदरांत टाकत असे पूर्वी. तो काळ आज जवळजवळ संपला आहे. बाजार बाका झाला. माणूस आणि जिव्हाळा आटला. पैशाची बाहुली डोळ्यांत खेळू लागली. हाव जास्त मोलाची झाली आणि ज्याला त्याला खावखाव सुटली. हा महिमा जसा काळाचा आहे तसाच ममत्व आणि आस्था आटून जाण्याचा पण हा काळ आहे. खेड्यांनी निदान ही आब अजून राखलेली दिसते. शहरांना तर शेजारधर्माबद्दल किंवा प्रेम संवादाबद्दल फार आस्था उरलेली नाही. एकूणच माणुसकीचा हा असा पालापाचोळा होणं समाजाला कुठे घेऊन जाईल? हे एकदम आता सांगता येईल, अशी निदान परिस्थिती नाही.

❖❖❖

भेवासाठी उभारीले भास...

भयभीती खोटी आकृती उभी करून दाखवली जाते. त्यामागे रक्षण करणे असा हेतू दडलेला असतो. सुगी हाताशी येऊ लागली किंवा हंगाम फुलू लागला म्हणजे शेतामध्ये 'बुजगावणं' उभं केलं जातं. त्याच्याकडे दुरून पाहाताना 'रानात माणूसच उभा आहे' असा भास होतो. त्यामुळे चोरचिलटं रानात शिरण्याची हिंमत करत नाहीत. पिकांची नासाडी करणाऱ्या विविध जंगली प्राण्यांना भीतीचा भास वाटत राहातो.

भेवासाठी उभारीले भास
शेतांमधी उभे बुजगावणे
माझ्या वावराच्यामधी
बंद परक्याचे येणेजाणे...

खोटा खोटा हा माणूस
वाटे काळोखात खरा
भीतीनं स्थिरावती
बुजगावण्यावरी नजरा

खोट्या भीतीची ही आकृती हुशार माणसाने फार खुबीनं निर्माण केली आहे. क्षेत्ररक्षण म्हणजेच 'शेताची राखण' करण्यासाठी माणसाच्या अनुपस्थितीमध्ये बुजगावण्याने पुष्कळ काम भागते. उभे लांब लाकूड, त्यावर आडवे आखूड लाकूड बांधून घरातला सदरा - विजार त्या लाकडावर चढवून वरच्या टोकाला उबडे मडके नाक-डोळे रंगवून ठेवले की बुजगावणे झाले तयार! झाला माणसाचा नकली पुतळा तयार! शेतांत मध्यभागी, एखाद्या टोकावर किंवा बांधावर किंवा वावराच्या कडेला अशा चारदोन ठिकाणी या प्रकारची बुजगावणी उभी केली जातात आणि शेतांतील मालमत्तेचे त्यातून रक्षण केले जाते. चटकन बघितले

म्हणजे हा बुजगावण्याचा भास भीती बसवतो. दरारा उत्पन्न करतो, पण हा दरारा फार काळ टिकत नाही. कारण माणूस तो माणूस आणि बुजगावणे ते बुजगावणेच! बुजगावण्याकडे निरखून पाहिले, की हा लाकडाचा घोडा उघडा पडतो. मात्र वावरात घुसणाऱ्या रानडुक्कर, नीलगायी, वानरं, हरिण, गवा, रानम्हैस, अस्वल आदी जंगली प्राण्यांना ढवळेढवळे कपडे घातलेले बुजगावणे साक्षात माणूस वाटते आणि मग ते प्राणी जरा बिथरतात. हा माणसाचा चकवा प्राण्यांवर वचक बसवतो. हे भास, ही भीती असते खोटी, पण ती जरब बसवू पाहते. यामुळे मग आपसूक शिवारशेतांचे, मालमत्तेचे रक्षण व्हायला मदत होते. खोट्या बुजगावण्याचा हा अशाप्रकारचा खरा फायदा असतो.

हल्ली तर नवनव्या पद्धती शेत जतन करण्यासाठी अंमलात आणल्या जातात. जसे, की शेतांवरच तरबेज, हुशार, शिकारी कुत्री ठेवली जातात. ज्यांचा जागलीसाठी फार फायदा होतो. पुष्कळदा शेतांमध्ये पिकांच्यामधून चमचम चमकणाऱ्या बेगडांचे दोर लांबवर बांधले जातात, यामुळे पक्षी-प्राणी यांना त्या चमकत्या पट्ट्यांची एक भीती वाटत रहाते. रानडुकरांसारखा प्राणी किंवा इतर रानटी प्राणी थेट शेतांत घुसू नये आणि मालमत्तेचे नुकसान करू नये म्हणून चौकोनी शेतांच्या बांधाबांधांवर चारही बाजूंनी जुनाट साड्यांचे/ लुगड्यांचे कुंपणच बांधले जाते; ज्यामुळे रानडुकरांच्या झुंडी अशा कुंपणांच्या अडथळ्यामुळे शेतांत सरळ घुसत नाहीत. आणि मालमत्तेचे रक्षण त्यामुळे लीलया होऊ शकते. पूर्वी पाखरं हाकारण्यासाठी गोफणीचा वापर केला जायचा. पक्षी हुसकावून लावण्यासाठी डबडं बडवलं जायचं. तोंडाने हाकाऱ्याचा जोराजोरात आवाज काढून पाखरांपासून शेत राखले जायचे.

गावाला, शेतीला फार उपद्रव असतात. शेतातील माल, फळं, धान्य आणि अजून काहीबाही सहीसलामत घरी येईपर्यंत त्यांना अडथळे खूप असतात. नुकसान खूप असते. नासधूस, चोरी, अस्मानी संकटं या सगळ्यांमधून बचाव आणि बचत करत करत शेतकरी बांधवांना शेत आणि हंगाम विलक्षण खुबीनं जपावा लागतो. मग त्यासाठी रक्षणाची नानाविध कौशल्यं शोधावी लागतात. बुजगावणं ही त्यातलीच एक छान आयडिया आहे. ज्यामुळं, क्षेत्ररक्षण करण्यासाठी मदत होते. शेतांची राखण करायला बुजगावण्याचा फायदा होतो. भेवासाठी उभारलेले बुजगावणेरूपी भास फायदेशीरच ठरतात. शेतांत हंगाम बहराला आला म्हणजे लांबच लांबवर जागोजागी शेतांमधून बुजगावण्यांचे मन मोहून घेणारे दर्शन होत रहाते. एक कला म्हणून खूप ठिकाणी फारच देखणी बुजगावणी बघायला मिळतात. न हलणारे

किंवा न डुलणारे बुजगावणे जागच्या जागी गच्च उभे राहाते. म्हणजे, ते लाकूड जमिनीत मेखेसारखे बसवलेले असते! कामधंदा न करणारा एखादा आळशी माणूस एकाजागी खूपवेळ उभा राहिला म्हणजे 'असा बुजगावण्यासारखा का उभा राहिलास!' या शब्दांत त्याचा उद्धार केला जातो. पण, ते जाऊ द्या. खोट्या भीतीची बुजगावण्यांमधूनच उभी केलेली आकृती शेतकरी बांधवांना काळानुसार शेतांच्या रक्षणाच्या दृष्टीने साहाय्यच करत आलेली आहे!

❖❖❖

कधी न आटणारी माया

अगदी खरे आहे की, आईच्या प्रेमाबद्दल महाकाव्ये लिहिली गेली आहेत. जगातील चित्रकारांनी तिचे वात्सल्य रंग आणि रेषांमधून बोलके केले आहे. प्रतिभावंत कवींनी आईविषयी स्फूर्तिकाव्ये निर्माण केली आहेत. आईच्या गुणगानांनी काव्ये भरून गेली. तिच्या अस्तित्वाची नोंद इतिहास आणि वर्तमान सतत करत आला आणि भविष्यातही तिच्या विषयीची कृतज्ञता कधी कमी होऊ शकत नाही. 'किती प्रेम केले, किती जीव लावला, सुखदुःखात कितीदा धावून आली, स्वतः ऊन-पाऊस झेलत आपल्या जिवांना पदराखाली झाकून रक्षण करणाऱ्या आईचे उपकार अनंत कोटी आहेत. या वात्सल्याचे मोजमाप कधीही आणि कुठेही होऊ शकत नाही,' हे अगदीच सत्य आहे. कधीही न आटणारी माया देणारी 'माय' ही विश्वातली एकमेव अशी आदर जपावा अशी जागा अवश्य आहे. याबद्दल कुणाचे दुमत असण्याचे कारण नाही. पण?

पण, बदलत्या काळात पंख फुटले की पाखरं घरटे आणि माय विसरतात हा जगाचा नियम आहे. जर्जर, दुःखी, अडचणीत सापडली की आई नको वाटते. असा पण एक कोपरा आहे. श्रीमंती फुगत गेली किंवा घरात पैसा खेळू लागला किंवा देशांत, परदेशांत भरारी घेतली किंवा एखाद्या उंच सिंहासनापर्यंत हात पोचले किंवा खुर्ची, पद, सत्ता, अधिकार आले की माणसांचे डोळे फिरतात. अशा वेळी थकलेले, वाकलेले मायबाप नको वाटतात. हे सर्वत्र दिसत नाही. पण या अशा जीवनदर्शनाचा एक कोपरा जगात अवतीभवती आपण बघतोच ना!

कुटुंबरचनेत आणि नातेसंबंधांत आप्तस्वकीय खूप असतात. त्या सर्वांना सांभाळावे लागते. त्यांना तोडून नाही टाकता येत. हा माणुसकीचा धर्म आहे. मामा, काका, मावशी, भाऊ, भावजय, सून, सासू, जावई, मुलगी, मेव्हणा, मेव्हणी ही अशी नाती माणसाला एक नाही तर पुष्कळ असतात. पण या सर्वांत जीव लावणारी, प्राण ओवाळून टाकणारी तर जन्मदात्रीच. ती तिच्या

पोटच्या गोळ्याला जिवापाड जपणार म्हणजे जपणार. अंतर द्यायचीच नाही! 'मायलेकरू' हे प्रेम समीकरण अगदी सगळ्या प्राणी जगतालाच लागू पडणारं आहे. हा निसर्गाचा जणू नियम सांगता येईल. आईवडिलांशिवाय नात्यांमधील इतरांनी मुलामुलींचे सांभाळ केल्याची, त्यांना जीवनात उभे करण्याची जगात उदाहरणे अवश्य आहेत. पण 'मूळचा झरा, आहे खरा' हे मात्र अंतिम सत्य म्हणायला हवे. आईची बरोबरी कुणीही करू शकत नाही, हे तर स्पष्ट आहे. या संदर्भात बहिणाबाई चौधरी यांच्या काही ओव्या खूपच उद्बोधक आणि पटण्यासारख्या आहेत.

माय म्हनता म्हनता
होट होटालागे भिडे
आत्या म्हनता म्हनता
केवढं अंतर पडे

माय म्हतली म्हतली
जशी तोंडातली साय
बाय म्हतली बिराणी
जशी भरडली दाय

ताता म्हनता म्हनता
दातांमधी जीभ अडे
काका म्हनता म्हनता
कशी मांघे मांघे दडे

जीजी म्हनता म्हनता
झाला जीभले निवारा
सासू म्हनता म्हनता
गेला तोंडातून वारा!

(यातील शब्दार्थ असे - जीजी = मावशी, ताता = बाप, दाय = डाळ, बिराणी = परकी) आई म्हणजे तोंडातली साय किंवा 'माय' शब्द उच्चारताना ओठ ओठाला भिडतो. तिच्या एकूण ममत्वाचे, प्रेम भावनेचे व वात्सल्याचे सार हे फक्त आईच्या असण्यात आणि तिच्या अस्तित्वात सामावलेले आहे. आपले ते आपले असते आणि दूरचे ते दूरचे असते. या अंतिम सत्याला आपण कायम स्वीकारलेले असते.

लेखकांचे उदाहरण घ्यायचे झाले तरी लाखो लेखकांनी लिहिलेल्या ग्रंथांचे पहिले पान आईला अर्पण केल्याचे दाखले पाहिले तरी त्यावरून आईच्या महानतेचा अनुभव सहजपणे सांगता येणारा आहे.

'कशीही असली तरी ती माझी माय आहे' हे मानवी जगातील आणि जीवसृष्टीमधील अमर वाक्य आहे, जे अमान्य करता येत नाही. परिस्थिती जरुर बदलली. काळही अवश्य बदलला. मानवी स्वभाव बदलला आणि जगण्याची रीत बदलली. जे नव्हे ते सगळे बदलत गेले; हा काळाचा फरक आणि काळाचा महिमा आहे. पण या सगळ्या बदलात आई कधीही बदलली नाही, बदलत नाही. 'आई' या दोन स्वरमूलक शब्दात बांधलेली ही उपाधी अमर म्हणजे अमरच आहे.

❖❖❖

शिक्षणाचं चाक असं फिरू द्या

गुणवंत आणि गुणवत्ता पिकवणारी ठराविक जमीन नसते किंवा गुणवत्तेची मालकी ठरविण्याचा अधिकार बड्या बड्या शहरांचा मुळीच नसतो. जो कुणी कष्ट करील, त्याच्या हातांत विजयाची पताका पडतेच. ज्ञानाच्या किंवा कठोर परिश्रमांवर जो ज्ञानाकरिता कठोर परिश्रम करील, त्याचे नाव कोरले जाईलच! विविध स्पर्धा परीक्षा, वैद्यकीय शिक्षण, इंजिनिअरिंगचे शिक्षण, पोलिस अधिकारी, शिक्षणासारखे क्षेत्र किंवा या प्रकारच्या एक नव्हे, तर अनेक प्रतिष्ठेच्या सुखानंदाच्या क्षेत्रांत वाडा, तांडा, वस्ती, गांव, खेडी, झोपडी अशा अभावग्रस्त जागांवरून मुलीमुलं स्वतःच्या बुद्धिमत्तेच्या आणि मेहनतीच्या बळावर उंच उंच यशाची शिखरं जिंकत आहेत. शिक्षणाचं चाक हे असं अधिक फिरायला हवं. त्याशिवाय, झोपडीतला अंधार नष्ट होणार नाही. त्याशिवाय, वाडीवस्तीवर प्रगतीचा सूर्य उजेड घेऊन येणार नाही.

मागच्या आठवड्यात एक मोठं समाधान देणारी बातमी वाचण्यात आली. गडचिरोली जिल्हा आणि सिरोंचा तालुका असलेल्या झिंगानूर गावातील आदिवासी माडिया समाजातील अत्यंत बुद्धिमान मुलगी एमबीबीएस डॉक्टर झाली, अशी ती बातमी होती. 'माडिया जमातीमधील ही मुलगी ठरली आहे पहिली डॉक्टर!' कोमल कासा मडावी असं गरूडझेप घेतलेल्या त्या हुशार मुलीचं नाव आहे. कासा मडावी या शेतकऱ्याच्या घरात जन्मलेली ही मुलगी मुळात जिद्दी, बुद्धिमान, प्रचंड मेहनत घेणारी मुलगी आहे. तिचं यशच ते सांगतं! आनंदाची गोष्ट अशी, की कोमलची लहान बहीण पायल मडावी ही देखील एमबीबीएसचं नागपूरच्या शासकीय वैद्यकीय महाविद्यालयात शिक्षण घेत आहे. या दोघी बहिणी प्रचंड हुशार, मेहनती आहेत. जिथे आरोग्यसुविधा नाहीत. शिक्षण व्यवस्थित नाही. वीजपाणी यांसारखे ज्वलंत प्रश्न आहेत; अशा अडचणींना सामना करत अवतीभवती अडचणीच अडचणी पहात ह्या मुली 'डॉक्टर्स' होतात, ही बाब गौरवाचीच!

आपण असमतोलाचे चित्र सतत बघत असतो. जिथे उत्तम आरोग्य हवे असते तिथे ते मिळत नाही. चांगल्या शाळा काढण्याची गरज कुठे असते; याबद्दल आपण संवेदनशील नसतो. गरिबांकडे जावे तसे लक्ष आपले जात नाही. 'खेड्यांकडे चला' असे वाक्य म्हणताना आज भीती वाटू लागते. तिथे रस्ते नाहीत जायला; पाणी नाही प्यायला, सांगायला दवाखाने आहेत. उपचाराची बोंब आहे, अशा वाडा, वस्ती, तांडा, झोपड्या, खेडी इथेही जिवंत माणसं राहतात; याचा सोयीने आपणाला विसर पडत जातो. आणि मग, दुर्गम भागांत, खेड्यांत माणसांचे मरण स्वस्त होऊन बसते. आपण क्रांती, परिवर्तनाचा आवाज खूप जोराजोरात काढतो. मात्र, खेड्यांच्या/ रानातल्या माणसांच्या सुखसोयींकडे पाहिजे तसे लक्ष देत नाही.

याबद्दल, झिंगानूरची एमबीबीएस झालेली बुद्धिमान मुलगी कोमल मडावी हिने जिद्दीने यश संपादन केले आहे. तिने आपल्या भागातील अडचणी पाहिल्या. आदिवासी बांधवांची फार जवळून दुःखे बघितली. आरोग्याच्या सेवांची गरज कोमलला जास्त कळली. ही मुलगी उद्याची कर्तबगार उत्तम समाजसेवक होईल. जनतेच्या सेवेसाठी ही सज्ज राहीलच, पण या समाजातील पहिली महिला डॉक्टर होण्याचा मान-सन्मान मिळवणारी कोमल फक्त एमबीबीएसवर थांबणार नाही. एम. एस. (सर्जन) होण्याचा मानस तिने बोलून दाखवला असून हे यशही ती संपादन करील. कोमल आणि पायल ह्या दोघी बहिणी वैद्यकीय सेवा आणि समाजसेवा या दोन्ही क्षेत्रांतील उत्तम मानदंड स्थापित करतील हे खरे आहे. कारण, दोन्ही बहिणींची ध्येये व अभ्यासनिष्ठा पक्क्या आहेत. बुद्धिमत्तेसोबतच कष्ट करण्याची त्यांची जिद्द अधिक श्रेष्ठ म्हणायला हवी. 'बाळाचे पाय पाळण्यात दिसतात,' या म्हणीप्रमाणे त्या दोघी बहिणींची आजची-उद्याची प्रगतीची पहाट अर्थातच सुंदर म्हणायला हवी. आमच्या शिक्षणाचं चाक अशा दिशेनं आणि अशा गतीनं अधिकाधिक फिरलं पाहिजे. ज्यामुळं अडचणींशी दोन हात करत कष्टाच्या जोरावर उज्ज्वल यश संपादन करणाऱ्या गरिबांच्या लेकरांची अस्सल गुणवत्ता जगाला कळेल! कोमल, पायल... अशीच उंच झेप घ्या... तुम्हाला लक्ष लक्ष शुभेच्छा!

❖❖❖

पाणी प्यावं गाळून, संगत धरावी सांभाळून

लोक फार मजेशीर असतात; जग चपळ असते. म्हणजे, जगात लोक नको ते चटकन शिकतात. जे शिकायचं, ते आळसांत ढकलतात. समाजात किंवा मित्रांत मिसळणारं मूल संगत बेकार लागली, की चार शिव्या चटकन शिकतं; पण चार कविता मुखपाठ कर म्हटलं किंवा चार चांगले श्लोक नीट म्हण म्हटलं, की मुलाच्या जिवावर येतं. जिथे कष्ट पडतात, ते नको वाटतं आणि जे काही वायफळ, वाईट, संस्कारविरोधी, असभ्य, बेकार, बोगस, बदनामीकारक असं म्हणून जे जे आहे; ते कष्ट करून शिकायचं काम पडत नाही. शिव्या फुकट असतात; फुकट मिळतात. त्या चटकन आत्मसात होतात. पण, यामधून वागणं, वळण बिघडतं. संगतगुण वाईट लागतो. म्हणून ''पाणी प्यावं गाळून आणि संगत धरावी सांभाळून'' हे अधिक खरं तसेच चांगलं आहे.

अनुकरणाचे बळी हे वरदान नाही. तो शाप आहे. अतिशय वाईट पद्धतीनं हिंसा घडवणं, अशोभनीय दहशत बसवणं, सतत राग मनांत धरून राहणं, अहंकाराचं गाठोडं जवळ बाळगणं किंवा क्षुल्लक गोष्टींवरून भांडणावर जाणं आणि भांडणांकडून हाणामारीपर्यंत पोहचणं यातून कुणाचंही भलं झालेलं नाही. हल्ली मुलांच्या हातात जो मोबाईल येऊन बसला आणि त्या मोबाईलवर जे म्हणून जग हातात आलं, याचा उत्तम वापरही करता येतो; पण नको ते खेळ आणि नको त्या गोष्टी बघण्यात आयुष्य, वेळ आणि पैसा चालला, याचा अंदाज येईनासा झाला. पायांत पाय घालून एकमेकांना पाडण्याचा मोबाईलवरचा खेळ कित्येकांच्या जीवांवर बेतला हे आपण बघू लागलो, पण सुधारत मात्र नाही!

संगत वाईट, सोबत वाईट
राहील नीट, माणूस कसा?।।

व्यसनांचे बळी, वाढती अधिक
मागतील भीक, उद्याच्याला...।।

घरांतून हवा, संस्कारांचा धडा
फुकाफुकी बडा, म्हणो नये...।।

वळण उत्तम, हीच ओळख
आदराचा धाक, हवा हमेशा...।।

मित्र निवडावे, साजरे सगुण
त्यातून सद्‌गुण, निवडत जावे...।।

वजन लोकांत, लोकांना वंदन
भांडण-तंडण, हवे कशाला?।।

संगत धरावी, मित्र पारखून
बघावे निरखून, स्वभाव-गुण...।।

आमच्या कीर्तनांनी, आमच्या भजनांनी, आमच्या वाडवडिलांनी, आमच्या ग्रंथांनी असे सारे शिकवले आहे. चांगलं चांगलं सोडून देण्याची सवय वाढत चालली आणि वक्टवंगाळ पटकन स्वीकारण्याची आदत बळावत चालली आहे. सहज कुणाला पैसा मिळतो. त्यातून चंगळ, मजा बळावत जाते. घरांत जे चांगले शिजते ते खायचे सोडून चटकदार खायला (चरायला) चटकन बाहेर जावे वाटते. वाढदिवस असला, मित्रांच्या जीवनात काही घडलं, की 'चला पार्टीला...' ही नवी भाषा संगतगुणांमधून वाढीस लागली आणि जिभेच्या हट्टापायी पोटाची म्हणजे आरोग्याची कधी वाट लागली; हे कळालेच नाही. महाराष्ट्राच्या, भारताच्या सडका आणि महामार्गांवर ढाबा नावाचा बलदंड व्यवसाय उभा राहिला. त्यांनी चटकदार चवी जगाला दिल्या. आणि लोक घरातील जेवण विसरू लागले. याला 'संगत, पैसा, प्रवास, मित्र, छंद' ही पाच परम कारणं कारणीभूत झाली. कधी कधी बाहेर खावंय लागतं हे खरं असलं तरी अशा जेवणाचे माणसाने गुलाम होणे आणि जिभेच्या छंदापायी पोटाचा उकडा करून टाकणे हे मात्र अयोग्य आहे!

मुळात संगतीची भिस्त ही कुटुंबावरच जास्त अवलंबून असते. तुम्हाला चांगले वळण शिकवायला आभाळातून कुणी येत नसते. घर, आईवडील, एकूणच कुटुंब, रोजच्या सहवासांतील माणसं, वाचनाचे संस्कार आणि प्रत्येकाने स्वतः विषयी जपलेली आचारसंहिता या सगळ्या गोष्टींची व्यवस्थित जपणूक झाली तरी पुरेसे. सुधारणा घडविण्याची एवढी गुरुकिल्लीसुद्धा पुरेशी ठरू शकते. घरांतल्या घरांत एवढा धडा जरी विसरला नाही तरी, माणसाचं वर्तमान आणि माणसाचं भविष्य धडधाकट तसेच सुंदर व्हायला फार वेळ लागू शकत नाही.

❖❖❖

तो प्रवास सुंदर होता...

काळ आणि काटकसर यांच्यामध्ये सतत बदल होतात. बापाचा काळ आणि मुलाचा काळ कधी एकसारखा राहात नाही. काटकसरीचेही असेच. पै पैसा जमा करणारी आणि तो पैसा मिळविण्यासाठी कष्टाचा गाडा ओढणारी एक जुनी पिढी होती, हा जणू इतिहास बनला. आज 'पैसा झाला मोठा' अशी सगळी परिस्थिती आहे. पॉकिटमनी या नावाखाली मुलांच्या खिशांत आज जेवढा पैसा खुळखुळतो तेवढा पैसा बापाला बघण्यासाठी खूप वर्षे लागली होती, हे खोटे नाही! हा काळाचा बदल आणि काळाचा महिमा आहे! 'असतील पैसे तर लोक विचारतात, तुम हो कैसे?' ही रीत झाली. ही ओळख बनली. या काळात फुकट कोणी कुणाला विचारत नाही.

फार नाही पण वीस-पंचवीस वर्षांपूर्वी आमच्या जगण्याचा तो प्रवास खरोखरच सुंदर होता. बैलगाडी आणि सायकल या दोन महत्त्वाच्या साधनांनी जीवन सुंदर बनविले होते. खेड्यांच्या जगण्यातून ही दोन्ही साधने पुष्कळ मागे पडली आहेत.

बैलगाडी

विकास नावाची गोष्ट झपाट्याने बदलत गेली. शेती, गाव, बैल, लाकूड, चारा, पाणी आणि प्रगतीची गती हे सगळे बदलले; आणि बैलगाडी जवळजवळ मोडून पडली. त्या जागी ट्रॅक्टर नावाचं कष्टाचा डोंगर उपसणारं/पटपट कामं करणारं जाडजूड यंत्र आलं. यामुळं शेतकामांना वेग आला. बैल कमी झाले. पोळा लहान झाला. चारा महाग झाला. सुतारकामांना झळ बसली. गावगाडा आधुनिक झाला आणि बैलगाडी गावातून पुष्कळअंशी निघून गेली.

पूर्वी या गावांवरून त्या गावाला लग्नाचे वऱ्हाड न्यायला बैलगाडीचा सहभाग खूपच मोलाचा आणि स्वस्ताचा होता. शेतांमधून घरी मालटाल वाहून न्यायला किंवा धनधान्य बाजारापर्यंत घेऊन जायला बैलगाडीचा वाटा मोठा होता. पाहुणे-सोयरे किंवा माहेराला येणाऱ्या मुली बैलगाडीतून, डमनीमधून प्रवास करीत. प्रवास काय, शेतकाम काय किंवा जत्रा, बाजार हा बैलगाडीशिवाय शक्य नसायचा. बैलगाडी ही गावाची कृषिसंस्कृती

होती. बैलगाडी गावशिवाराची लक्ष्मी होती. दळणवळणाची सर्व व्याख्या बैलगाडीत दिसायची. जवळजवळ कमी खर्चातली पण चारा आणि पाणी यावर चालणारी एक मोठी जीवनसाखळी बैलगाडीला जोडलेली होती. हे चित्र आता खूप खूप बदलून गेले आहे.

बैलांचा प्रवास, गावदर्शन, निसर्गदर्शन घडवणारा होता. रानवाटा, माळ, डोंगरी रस्ते, पठारी भाग, शिवार शेत यांमधून अधिकतम बैलगाडी चालायची. अपघाताचे प्रमाण फारच कमी असायचे. प्रदूषणमुक्त आणि इंधनमुक्त या दोन महत्त्वाच्या मुक्ततेचा प्रसार बैलगाडीच्या माध्यमामधून होत असायचा. आजच्या वाहनासारखा साठ, शंभरचा स्पीड बैलगाडीला नसायचा. दमानं म्हणजे हळूहळू धावणारी म्हणण्यापेक्षा चालणारी बैलगाडी खेड्यांचे मूळ वैभव होते. फेडरेशनवर तालुका किंवा जिल्ह्यांच्या ठिकाणी कापूस भरलेल्या बैलगाड्यांच्या रांगा पाहताना डोळ्यांचे पारणे फिटायचे. ही बैलगाडी आता पूर्वीसारखी दिसत नाही. ही जागा आता ट्रॉली जोडलेल्या ट्रॅक्टरनी घेतली. बैल कमी झाले. बैल ओढणारी गाडी खूप खूप कमी झाली. जमाना बदलला. जग बदलले. सुधारणा झाल्या. पिढ्या बदलल्या. काळपण बदलला आणि इंधनमुक्त-प्रदूषणमुक्त असलेली बैलगाडी इतिहासाच्या पानांवर जाऊ लागली.

सायकल

शाळेत जाणारे विद्यार्थ्यांचे जग तसेच कष्ट करणारे शहरांतील श्रमिकांचे एक जग सायकलचा वापर करते. एकेकाळी गावपरिसरात सायकलचे कौतुक, नवल प्रचंड होते. शाळेचा मास्तर परगावावरून पूर्वी यायचा तो हमखास सायकलवर, मास्तर आणि सायकल हे एक समीकरण! हल्ली खूप मुलं-मुली सायकल शाळांसाठी वापरतात. पण, खेड्यांत सायकलची नवलाई फार सुंदर होती. इंधनमुक्त, आटोपशीर, चालवायला सोपी, कमी जागेत ठेवता येणारी, आपले शरीर उत्तम ठेवणारी, व्यायामासाठी फारच अनुकूल, कमी खर्चात येणारी सायकल ग्रामीण भागांत एकेकाळी वैभवाची आणि शोभिवंत वस्तू होती. आता, सायकली भंगारात जमा झाल्या आणि त्यांच्याजागी मोटारसायकली आल्या. इथे तिथे कमी-अधिक काही ठिकाणी सायकली आज दिसतात. पण त्या नावापुरत्या. वाढती महागडी वाहने, लोकांची गर्दी, रस्त्यांची स्थिती, वाढते अपघात, लोकांना झालेली घाई, वेगवान जग हे सगळे पहाता सायकलींचा तग अशा भाऊगर्दीत टिकत नाही. म्हणून, सायकल पुष्कळ बाद झाली. पण, ती प्रचंड उपयुक्त अशी वस्तू आहे. जिच्यामुळे आरोग्य उत्तम राहाते. पैसा कमी लागतो. प्रदूषण होत नाही. वेळ जातो. पण प्रवास सुखाचा होतो. व्यायामाची गुरुकिल्ली सायकलींच्या चाकांमधून फिरते, यात काहीही शंका नाही!

❖❖❖

काळा म्हणू नये कावळा!

कावळ्याबद्दल उलटसुलट खूप काही सांगितलं जातं. शाळेत शिकत असताना कावळ्याच्या हुशारीबद्दलही गोष्ट आपण ऐकलेली आहे. स्वच्छता राखणारा अथवा त्या दृष्टीनं पर्यावरणाला मदत करणारा चतुर पक्षी म्हणून कावळ्याची ओळख आहे. 'पैल तो गे काऊ; कोकताहे; शकून गे माये सांगताहे' असा संतमहंतांचा मोठा शब्द कावळ्याच्या संदर्भात आपल्या कानांवर सतत पडलेला आहे. आंतरराष्ट्रीय कीर्तीचे व्यंगचित्रकार/रेखाटनकार आर. के. लक्ष्मण यांच्या आवडीचा पक्षी म्हणून कावळ्याची नोंद 'लक्ष्मणरेषा' या पुस्तकांत वाचल्याचे मला आठवते. शिवाय, फार सुबक, सुंदर, रेखीव, बोलकं चित्र त्यांनी याच पुस्तकांत रेखाटलेलं बघायला मिळतं. व्यक्ती तितक्या प्रकृती हा न्याय पाहता प्रत्येकाच्या आवडी वेगळ्या असतात, अखेर हेच सत्य म्हणायला हवे.

कावळ्याच्या हालचाली, त्यांचे ज्ञान, त्याची एकूण चतुराई मानवी वस्तीतल्या त्याच्या राहण्यामुळं अधिक ठळक ओळखली जात असावी; असा अंदाज करायला जागा आहे. माणूस जन्माला आल्यापासून अंगाईगीतांपासून ते पिंडाला शिवण्यापर्यंत समाजात कावळ्याचे स्थान विविध सामाजिक/ सांस्कृतिक संदर्भात समाजानं नाकारलेले आढळून येत नाही. कावळ्याच्या वागण्याबद्दल, त्याच्या वर्तनाबद्दल, त्याच्या एकूणच हुशारीबद्दल अनेक प्रकारची माहिती सर्वत्र आढळते. कावळा जसा लोककथेत आहे तसा तो विविध भाषांमध्ये गोष्टींत आहे. कवींच्या कवितेत तो उडताना दिसतो. कथा-कादंबऱ्यांमधून कावळा भेटीला येतो. तो नाटकात आहे आणि गाण्यांतही. भूक लागली म्हणजे किंवा उपासमार झाली म्हणजे पोटात कावळे ओरडतात. या वेळी पोपट ओरडत नाहीत. 'कावळ्यांची कावकाव' या शब्दांना समाजात एक नव्हे तर अनेक आणि वेगवेगळे अर्थ आहेत! समाज, संस्कृती, धर्म, परंपरा, साहित्य, श्रद्धा, अंधश्रद्धा, सृष्टी, जग, काळ, प्रदेश, माणूस म्हणजे सगळ्या सगळ्या या सभोवतालांमध्ये कावळा भरून पावलेला आहे हे खरे.

या अशा कावळ्याबद्दल काही विशेष निरीक्षणं माझ्या वाचनात आली आणि

माझे पुन्हा अधिक लक्ष या कावळ्याकडे गेले. म्हणूनच 'काळा म्हणू नये कावळा' असे ह्याच्याविषयी माझे मत आहे. विशेषतः लहानपक्षी संचार करताना/ अन्न शोधताना सहसा एकटे-एकटे असे न दिसता झुंडीनं/ कळपानेच दिसून येतात. यात कदाचित जीवन आणि रक्षणाचा पण हेतू असावा. अन्न निवडण्याची (चिवडण्याची) ठरावीक आवड कावळ्यांना नसते. त्याला सारे काही चालते. तो वाट्टेल ते खातो. मराठी विश्वकोशात या कावळ्याच्या लकबी; त्याच्या सवयी किंवा एकूण कावळ्याचा स्वभाव सूक्ष्म अभ्यास करून नोंदविलेला वाचायला मिळतो. उदाहरणार्थ : कावळ्याची दृष्टी तीक्ष्ण असते. किंवा गावकावळा आणि डोमकावळा या कावळ्याच्या दोन जाती आढळतात. किंवा गावकावळा हा सर्वभक्षक पक्षी आहे; इत्यादी. विश्वकोशात पुढे या कावळ्याच्या प्रवृत्तीवर - स्वभावावर प्रकाश टाकलेला आहे. कावळ्याला तुम्ही हाकलण्याचा प्रयत्न केला तरी तो पुन्हा पुन्हा येतो. भक्ष्यावर लक्ष ठेवतो आणि माणसांची नजर चुकवून भक्ष्य/ खाद्य पळवून नेतो. म्हणजे कावळा हा भलताच/ कमालीचा लोचट आहे. रस्ते, नाले, उकिरडे, चौक, कचरा जमा करण्याच्या जागा, नद्यांचे काठ, वसतिगृहे, दवाखाने, हॉटेल्स, मंदिरे यांच्या भोवतालचे, परसांचे भाग; जिथे खरकटे जमा होते किंवा सडलेले/ कुजलेले/ शिळे जे जे जमा होते; ते 'स्वच्छ करण्याचे काम' कावळे करतात. उंदीर, बेडूक, सरडा यांसारखे सरपटणारे प्राणी फस्त करून उघड्यांवरची स्वच्छता करायला कावळे धावून येतात. कावळे माणसालाच उपद्रव देतात असे नव्हे; घुबड किंवा घार या पक्ष्यांवर हल्ला करून त्यांच्याशी झोंबाझोंबी करायला ते मागेपुढे पाहात नाहीत. कधी कधी काही उद्योग नसला म्हणजे कावळे इतर प्राण्यांना विनाकारण त्रास देतात. फार अवाढव्य नव्हे; छोटासाच हा कावळा नावाचा पक्षी स्वभाव म्हणून आणि कृती म्हणून समाजात सर्वत्र परिचित अशाप्रकारचा पक्षी आहे. हा पक्षी माणसांच्या श्रद्धेत आढळतो आणि अंधश्रद्धेतही आढळतो. कावळ्याच्या नावावर अनेक कथा, अनेक संकेत आहेत. त्या सगळ्यांना सबळ आधार नाहीत.

गावोगावी मुलांच्या शाळा भरतात; तशा शाळेजवळ असणाऱ्या वडाच्या - पिंपळाच्या झाडांवर कावळ्यांच्या शाळा भरलेल्या असताना आपले बालपण आपण अनुभवलेले आहे. कावळे लहानपणापासून माणसाच्या ओळखीचे आहेत. मंजूळ-गोड आवाजाची देणगी न लाभलेला कावळा भसाड्या पण कानांत कर्कश आवाजांचे बाण सोडून सोडून कधी कधी माणसांची मनःस्थिती गढूळ करून टाकतो. त्याची कावकाव की त्याची खावखाव ऐकली म्हणजे कावळा हा कावळाच असतो हे लक्षातच येते.

❖❖❖

हात धुवा, हे पटलं बुवा

संकट हे माणसाला शहाणपण शिकवते, सावध करते. साधीच गोष्ट असते पण ती खूप काही शिकवून जाते. सगळ्या जगाला वेढा घालणारा कोरोना हा विषाणू सगळं जग सावध आणि शहाणं करायला कारण झाला. संकटे येतात, रोगराई येते, आजार वाढतात, म्हणून पळून जाणे चालत नाही. लढावे लागते. लढाई ज्यारी ठेवावी लागते. आपले सरकार आपले डॉक्टर आपले पोलिस आपले स्वयंसेवक आपले अधिकारी या लढाईत रात्रंदिवस लढत आहेत. सर्व भारतीयांना हिंमत बहाल करत आहेत. उपचाराबद्दल, स्वच्छतेबद्दल काळजी, खबरदारी घेण्याबद्दल चोवीस-चोवीस घंटे काम करत आहेत. माझ्यासारखा माणूस एवढ्या पन्नास वर्षांच्या एकूण काळातही ही अशी परिस्थिती प्रथमच बघत आहे. खेड्यांमध्ये पूर्वापार चालत आलेला एक संस्कार असा आहे की घरी पाहुणे आले म्हणजे अंगणात लाकडी पाट ठेवला जातो. बाजूला टॉवेल, साबण, पाण्याची बादली ठेवली जाते. हातपाय धुवूनच पाहुणा घरात येतो. घरातली माणसंही स्नानगृहात जातील आणि हातपाय धुवून पाण्याची खळखळ चूळ भरून मगच घरात येतील. जेवणाच्या ताटापुढं बसतील. जेवण सुरू होण्यापूर्वी ताटाभोवती गोलाकार रीतीनं पाण्याची बारीक धार घालतील. मगच जेवणाला सुरुवात करतील. यामुळे किडा-मुंगी किंवा जीवजंतू जवळ येत नसायचा. त्याची बाधा माणसाला होत नसायची. स्वच्छतेचा किंवा आपण आपले रक्षक होण्यासंबंधीचा हा संस्कार आज किती महत्वाचा आहे, हे लक्षात येते. हात धुणे हा वाक्यप्रयोग आज अनिवार्य बनला आहे.

हात धुवा हात धुवा
सर्वांना कसं पटलं बुवा
घरी साबण दारी साबण
जाई घाण अवघी निघून

नका खोकू नका शिंकू
यातून स्वच्छता सारी शिकू
बाळगा जवळ हमेशा रुमाल
म्हणून टळतील आपुले हाल
हातांची बोटे न लगे तोंडा
छान स्वच्छतेचा हाची फंडा
दूर राहा दूर राहा अंतर ठेवा
सर्वांसाठी हाची संस्काराचा ठेवा
नको भीती नको काळजी
पण खबरदारी असो दिसामाजी
रोग येतील रोग जातील
माणसं गाणी पुन्हा गातील
मात्र धडे या स्वच्छतेचे
व्हावे कायम या माणसाचे
सावध राहू, राहू सावधान
यातच आहे सर्वांची शान
घरी राहा घरी राहा
लवकर संकट पळेल पाहा

सतत स्वच्छ राहण्याबद्दल, सतत सावध राहायला हवं. गर्दीत जाणं टाळायला हवं. खोकताना शिंकताना तोंडावर रुमाल धरण्याचा कायम संस्कार रुजायला हवा. कुठेही व कसंही थुंकण्याची सवय जरुर बदलायला हवी. कारण या सगळ्या कृती संकटे वाढविणाऱ्या आहेत. एक नागरिक म्हणून बेजबाबदार ठरविणाऱ्या आहेत. स्वतःची काळजी, कुटुंबाची काळजी, शेजाऱ्यांची काळजी सभोवतालच्या परिसराची स्वच्छतेविषयीची खबरदारी आणि यातून एकूणच समाजाची आपण काळजी घ्यायला हवीच. एकजुटीने एकीने सर्वांनी मनावर घेऊन हे करायला हवे नव्हे करावेच लागेल. म्हणजे मग आपण याप्रकारची कोरोनासारख्या विषाणूंचे संकट परतवून लावू शकतो. हे काम फक्त डॉक्टरांचे किंवा सरकारचे आहे, असे म्हणून चालणार नाही. भारतीय माणूस म्हणून स्वच्छता राखणे किंवा खबरदारी घेणे हे काम सर्वांचेच आहे, हे पण लक्षात घ्यायला हवे. सामाजिक जबाबदारी समजून तसेच जनतेचे कल्याण मानून स्वच्छतेबद्दल आपण सर्वांनी कायम सावधान राहणे आवश्यक आहे.

❖❖❖

पुन्हा एकदा, खेड्यांकडे चला!

एखादा विषाणू किती भयंकर असतो, ज्यामुळे अवघे जग हादरून जाते याचा आपण जीवघेणा अनुभव सध्या घेत आहोत. विशेषतः कोविड-१९ मुळे शहरांना अधिक ग्रासले आहे. लोकांचे वर्तन, गर्दी करण्याची सवय आणि घराबाहेर पडू नका' असे सतत सांगूनही लोकांचे हिंडणे कमी व्हायला तयार नाही. अशा स्थितीत लॉकडाऊन थांबणार कसे? खेड्यांना या विषाणूची बाधा तुलनेत कमी आहे. शेती, निसर्ग, कष्ट, कमी गरजा आणि मुख्य म्हणजे गावनिहाय माणसांच्या गर्दीवर असलेली मर्यादा यामुळे कोरोनाची शहरांएवढी झळ गावांना बसली नाही. शिवाय, गावांत कुणी येऊ नये म्हणून झाड, लाकूडफाटा, दगड, काटेरी झुडपे आणि बांबू-बल्ली, खोडांचा वापर करत गावकऱ्यांनी पुष्कळशी गावबंदी केल्यामुळं हा संकटोत्पन्न विषाणू खेड्यांनी गावात अजूनतरी शिरू दिलेला नाही. असे शहाणपण शहरांना जमले नाही आणि तुफान, बेजबाबदार गर्दीमुळे ते शक्य बनलेले नाही. त्यासाठी सरकार, पोलिस, अधिकारी, मंत्रिगण यांना अहोरात्र काम करावे लागत आहे. या लोकांनी आता लवकर हुशार होणे गरजेचे असून, घर सोडायचंच नाही' असा निर्धार करणं नितांत आवश्यक आहे.

'खेड्यांकडे चला' ही महात्मा गांधी यांची हाक आता संकट गळ्याशी भिडल्यावर लोकांना जास्त आठवत आहे. बचावासाठी, निसर्गाच्या सहवासासाठी, गर्दी टाळण्यासाठी चला रानावनांत जाऊ आणि तिथे राहू - अशी मानसिकता शहरांची बळावत चालली आहे. तहान लागल्यानंतर विहीर खोदण्याचा निर्णय घेतल्यासारखा हा विषय आहे. पण, खेड्यांनी इतरांना ग्रामबंदी केली आहे. कारण, कोरोना संसर्गजन्य आहे. ही माणसं त्या माणसांना भेटली, निकट आली तर बाधितांमुळे ही व्याधी वाढते आणि हवा पसरावी तशी पसरते. कुणी तरी म्हणाले, 'कोरोना ही आग आहे आणि लोक म्हणजे हवा आहेत.' विषाणू पसरू द्यायचा नसेल तर आग आणि हवा यांचा संपर्क तोडायला हवा. आणि हे खूप सत्य असून,

ते जपणे आवश्यक आहे. आहार-विहार, मनांसारखे खाणेपिणे यावर खूपच बंधने या विषाणूने आणली; पण हे जनहिताचे आहे. माणसांचे बेजाबदार वागणे हेच मुळी या काळांत विषाणूचा मुक्काम जास्त वाढवायला कारणीभूत ठरणारे आहे. सगळे आलबेल व्हावे असे आपण सरकारवर ढकलून मोकळे व्हावे, अशी स्थिती नाही. समाज, लोक यांचीपण मोठी जबाबदारी आहेच. लोकांनी लोकांना आवरले म्हणजे जनता कर्फ्यू सतत आत्मसात केला तरी विषाणूचे युद्ध जिंकायला फारसा वेळ लागत नाही. त्यासाठी वेळीच सर्वांना सावधान-स्वच्छ रहावंच लागेल. कोणतंही आणि कोणाचंही आरोग्य उत्तम राहण्यासाठी काहीएक आचारसंहिता असते. ती संस्कारांतून, परंपरेतून, आरोग्याच्या अभ्यासातून आणि संकटांच्या अनुभवांतून अशा विविध मार्गांनी समाजांत रूजत असते. राष्ट्रसंत तुकडोजी महाराज यांनी 'ग्रामगीते'मध्ये ग्रामआरोग्यासंबंधी पुष्कळ उद्‌बोधक ओव्या लिहिलेल्या आढळतात. या विषाणूच्या पार्श्वभूमीवर या ओव्यांची आठवण मला होते. त्या ओव्या अशा आहेत :

चहुबाजूंनी केली घाण।
त्यात जंतू झाले निर्माण।
त्यातूनी रोगाच्या साथी भिन्न भिन्न।
वाढ घेती।।

कशास काही नियम नुरला।
कोण रोगी कोठे थुंकला?।
कोठे जेवला, संसर्गी आला।
गोंधळ झाला सर्वत्र।।

त्याने रोगप्रसार झाला।
लागट रोग वाढतचि गेला।
बळी घेतले हजारो लोकांना।
वाढोनि साथ।।

गांव असो अथवा शहर।
तेथील बिघडले आचारविचार।
म्हणोनीच रोगराईने बेजार।
जाहले सारे जनलोक ।।

गाव व्हावया निरोगी, सुंदर।
सुधारावे लागेल एकेक घर।
आणि त्याहूनहि घरात राहणार।
करावा लागेल आदर्श।।

थोर पुरुषांना काळाचे केवढे मोठे भान आणि भविष्य ठाऊक होते; हे पण या ग्रामगीतेमधील ओव्यांमधून अगदी सहज लक्षात येते. संत तुकडोजी महाराज काय, संत गाडगेबाबा काय किंवा आपल्या एकूणच संतांच्या श्रेष्ठ परंपरेने मानवी जीवनाच्या सुधारणांचे उद्‌बोधक तत्त्वज्ञान काव्य, कीर्तन, अभंगांमधून सांगून ठेवले. आपण मात्र ऐकतो आणि सोडून देतो. जीवनशैलीचं गणित बिघडलं म्हणजे आपल्या जगण्यावरच संकट येऊन कसं उभं राहातं; या अनुभव आपण सध्या घेत आहोतच ना! ''हव्यास कमी करून स्वच्छतेचा ध्यास'' सर्वांनीच बाळगला तर आपण संकटांना पिटाळून लावू शकतो, हे सत्य नाकारता येणारे नाही. मरण दिसू लागले म्हणजे पळापळ करून फायदा नाही. आग लागेपर्यंत वाट कशासाठी पहावी? वागणे, चालणे, बोलणे, फिरणे हे सगळे निर्मळ झाले तर जग निर्मळ व्हायला किती वेळ लागणार? मन हेच मंदिर आहे आणि इतरांचा विचार हेच धन आहे हे ठरविले तरी पुष्कळ. तर आपण जिथे राहू तिथे सुखी असू!

❖❖❖

बाईच्या कष्टाचा तोलकाटा कुठाय?

सकाळ झाल्यापासून रात्री जमिनीवर अंग टेकवेपर्यंत बाई नावाची व्यक्ती किती घंटे श्रम करते याचा तोलकाटा अजून तयार झालेला नाही. सगळं घर सावरून नोकरी सांभाळणारी बाई महानगरांतही दिसते. भोजनाचा सगळा प्रपंच तिच्या जीवांवरच चालतो. अशा कामात किती पुरुष बाईला मदत करतात, याचा पक्का टक्का नाही सांगता येत. आता पहा की, लॉकडाउनच्या (कोव्हिड-१९) दडपणाच्या ओझ्याखाली घराघरांतली बाई स्वयंपाक, आवराआवर, झाडझूड, पसाऱ्यांची आवराआवर यात गर्क आहे. तिच्यावर अन्नपाण्याचा भार जरा जास्तच पडला आहे. मात्र तरीही तिची कुरकुर नाही, भूणभूण नाही. ती मात्र झुंजतच आहे. जगातल्या सगळ्या माऊल्यांना यासाठी नमन करायला पाहिजे.

पुरुषांचीही श्रमसंस्कृती आहेच. ती कुणी अमान्य केलेली नाही. बाजार, व्यवहार, उद्योग, सेवा, नोकऱ्या या सर्व क्षेत्रात पुरुषांचा वाटा स्वाभाविकच मोठा आहे, हे पण मान्यच. पण, तरीही हा शब्द शिल्लक राहातोच.

गावशिवारात दिवसरात्र राबणाऱ्या स्त्रियांचा विचार पाहिजे तसा आपण अजून केला असे वाटत नाही. घराची जतन आणि शेताची राखण करण्यात ती कधी मागे हटलेली नाही. आजाराच्या निमित्त घरात कुणी अंथरुणावर पडलं तर सर्वात आधी देखभाल करायला धावून जाते तर ती. दुभत्या जनावरांची सोडबांध करणं, जनावरांच्या जागा निर्मळ ठेवणं, स्वयंपाकाचा सगळा अलिखित भार रोजचा रोज पेलून धरणं, सगळ्यांच्या कपडालत्याची टापटीपी जपणं, धुणं, सारवणं, झाडणं, पाणी भरणं, भांडी ठेवणं, भांडी लावणं, येणाऱ्या-जाणाऱ्यांचं चहापान पहाणं, सगळं कुटूंब जेऊ घालणं आणि सर्वांच आवरलं की मग जेवायला बसणं हा ध्यास, हे ध्येय केवळ स्त्रियांच्या बाजूनं आहे, हे तर स्पष्ट आहे.

तिच्यासारखा समंजसपणा, तिच्या एवढा धीर, तिच्या इतकी सहनशीलता कुणाकडे आहे? याबद्दलचं परिपूर्ण आणि चटकन देण्यासाठी उत्तर अर्थातच नाही.

म्हणूनच बाईच्या कष्टाचा न्याय तोलकाटा अजून तयार झालेला नाही. समतोल पद्धतीनं तिचे कष्ट समजून घेणारे तराजू निर्माण झालेले नाही. तिचं हे प्रचंड दुःख सोसणं आणि तिचं प्रचंड कष्ट उपसणं मनाच्या फार आतून, फार आतून सांगताना ना.धों. महानोर यांनी अगदी तळमळीनं लिहिलं आहे :-

कधी बोलली ना कुठे नाही आकांड तांडव
साऱ्या घरादारासाठी जन्मभरी ऊठाठेव
तुझ्या चोळी लुगड्याला गाठी बांधल्या कितीक
नवं घालताना आम्हा साऱ्या जगाचं कौतिक
ओठी भरवलं आम्हा तसं शेजारी पाजारी
कोण्या ज्ञानोबाची गंगा वाहते गं तुझ्या दारी
कुठे शिकली ग माये, दुःख सोसण्याच्या वेणा
साऱ्यांसाठी हासण्याचा पुन्हा खोटाच बहाणा.

महानोरांनी ही सांगितलेली तिची कहाणी तंतोतंत खरी आहे. खेड्यात, शिवारांमध्ये चंदनाप्रमाणे देह झिजवणारी, घामाचं सोनं करणारी प्रत्येक माय, प्रत्येक माऊली कोणतेही आकांडतांडव न करता आजही राबते. तिचे राबणे संपलेले नाही. वरील मांडलेल्या कवितेतली मायबाई ही एकसमान, एकसारखी आहे. लुगड्यांच्या गाठीमधून तिची परिस्थिती, पाचवीला पुजलेली गरीबी कळून येते. ज्ञानोबाची गंगा यासारख्या शब्दांतून तिची श्रद्धा, तिची सबुरी चटकन समजून येते. हसतखेळत दुःख पचवायचं आणि ते सहन करत एवढ्या अभावातही आनंदी रहायचं, वेदनेचं भांडवल करायचं नाही, ही सगळी गुणांची गुणवत्ता फक्त मायबाईच्याच ठायी आहे. कविवर्य महानोरांनी तिची सांगितलेली कहाणी बाईच्या आयुष्यामधून अजून कुठे संपलेली आहे.

जीवनध्येय समजून, एक कर्तव्य समजून सर्वांच्या घरांतली ही मायबाई श्रमसंस्कृतीच होऊन बसलेली आहे. याविषयीची कृतज्ञता सतत असली पाहिजे. आई म्हणून, बहीण म्हणून, सून म्हणून, भावजय म्हणून, पत्नी म्हणून, लेक म्हणून, काकू म्हणून, मावशी म्हणून नव्हे नात्यांच्या अशा असंख्य व्याख्यांमधून 'एक स्त्री' ही आमच्या समाजव्यवस्थेमधील कुटुंबव्यवस्थेचं अपरिहार्य अशाच प्रकारचं महत्त्वाचं सूत्र आहे. तिच्या समंजस श्रमसंस्कृती समोर सगळी घमेंड व्यर्थ ठरु शकणारी आहे. एवढे कळले तरी खूप!

❖❖❖

पोटाचा गोळा, न तुटे ळळा

लेकरांवर खेकसणारा बाप किंवा रागेरागे बाळांवर चिडणारी माय हा क्रोधाचा अंतिम भाग नसतो. हे सगळे भावनांनी बांधलेले प्रासंगिक प्रसंग असतात. मुळचा खरा तर जिव्हाळाच असतो. जो कधी सरत नाही. माय लेकरु हा अभंग अशा स्वरुपाचा ऋणानुबंध असतो. तोडून घेतले तरी तो तुटणारा नसतो. राग येतो, हात उगार्ला जातो, डोळे पाण्यांनी भरतात, रुसवा वाढतो, अबोला धरला जातो पण भाकर आणि जिव्हाळा यांची गाठ पडली की भावनांचा उन्हाळा सरतो. प्रेमाची बरसात होतच असते. माय-लेकरांचे नाते या पद्धतीचे असते. ते कायम तुटत नाही. कोणी सोडू पण शकत नाही. संत जनाबाई यांनी लिहून ठेवले आहे,

पक्षी जाय दिगंतरा। बाळकांशी आणी चारा ।। १ ।।
घार हिंडते आकाशी। झांप घाली पिल्लापाशी ।। २ ।।
माता गुंतली कामाशी। चित्त तिचे बाळापाशी ।। ३ ।।
वानर हिंडे झाडावरी। पिल्ली बांधुनी उदरी ।। ४ ।।

प्राणी काय पक्षी काय माणूस काय, या सर्वांच्या मध्ये वात्सल्याचे स्वरूप एक समान आहे. भाषेमुळे माणसाचे माणसाला अधिक कळते एवढेच! प्राणी व पक्षांना आवाजांच्या चढउतारांची हालचालींची एक संकेतपूर्ण भाषा आहे. फक्त त्यांच्या भाषेत विविधता नाही किंवा स्वर आणि व्यंजनांच्या वापरांची विविधता नाही. भावनेत मात्र फरक नाही. चुकलेलं वासरू नजरेआड झालं म्हणजे गाय कशी हंबरते, सैरभैर होते, हे आपण कैकदा पाहिलेलं आहे. डुकरांच्या पिल्लांच्या मागावर असलेली कुत्र्यांची टोळी डुकरे मागे लागून कुत्र्यांना पिटाळून लावतात, हे दृश्य खूपदा आपण बघतो. किंवा झुडपात अंडी घातलेल्या झुडपाकडे कुणी जाऊ लागले की पाखरं प्रचंड गिल्ला करत शत्रूला परतावून लावतात. हे चित्र शेतशिवारात आपण नेहमी बघतो. थोडक्यात आईची माया लेकरांना लपेटूनच

असते. ती लेकरांपासून अलग करता येत नाही. माय आणि ममत्व यांचा विचार निराळा करता येत नाही. मग बोलका जीव असो की मुका जीव, वात्सल्य सर्वठायी सारखे असते. वरील अभंगाचा सार तोच आहे.

मूळ प्रेम हा भाग संस्कारापेक्षा नैसर्गिकच अधिक असतो. प्रेम करावे हे या पातळीवर शिकवावे लागत नाही. हा झरा मुळचाच खरा, हे जास्त खरं आहे. लेकरांचे काही दुखले खुपले तर त्याकडे लक्ष देण्याचा अभ्यास कोणत्या पुस्तकातून माय शिकत नसते. लेकराला भूक लागली की, कोणत्याही जीवांच्या आईला कळून येते. रडलं की भूक लागली हे कळतंच. भूकेची भावना शिक्षण घेऊन समजून घ्यावी लागत नाही. हे सर्व निसर्गतः जीवांना लाभलेले एक चिरंजीव वरदान आहे. दिवसभर भराऱ्या मारत पक्षी चोचींमध्ये चारा घेऊन जिथं घरट्यांत पिल्लं आहेत तिथं पुन्हा पुन्हा येतात. जंगलभर फिरणारे पक्षी आपले डोळे मात्र पिल्लांवर ठेऊन असतात. हे निसर्गतः घडणारे असते. केवढ्या उंचीवर आभाळात घार हिंडते पण तिची नजर एवढ्या खाली असलेल्या घरट्यांपासून तुटलेली नसते. दिवसभर घरकामांत आई गुंतलेली असली तरी घरभर, अंगणात, परसात जवळपास खेळणाऱ्या अपत्यांकडे तिचे लक्ष असतेच. हे खरे मुलतः, स्वभावतः आंतरिक कळकळ्याने घडत राहते. वानरींच्या पोटाशी घट्ट चिटकून असणारे पिल्लू आणि केवढ्या उंच उंच वृक्षांवरून उड्डानं करणारी वानरी आपण पुष्कळदा पाहिलेली आहे. उलट हे दृश्य बघून माणसालाच वाटते की 'ही काय कमाल आहे.' पण, काळजाचा तुकडा काळजाला असा बांधलेला असतो तो निसर्गतःच! कारण लळा हा शिक्षणाचा घटक नसतो. प्रीती ही इतकी उधारीवरची गोष्ट नसते. भावनांनी जोडलेले हे बंधन इतके वरवरचे नसते. एक रक्त दुसऱ्या पहिल्या रक्ताचा भाग बनलेल्या रक्ताशी जुटलेले असते. रक्ताचा गोळा अशा शब्दात त्यामुळेच माय आणि लेकरु यांचे वर्णन सांगितले जाते. अधिक उकलून सांगायचं तर...

पोटाचा गोळा। न तुटे लळा ।।
आई आणि बाळ। जोडलेली जन्मनाळ ।।
जीवालाच जीव। नाही कुठलेच भेव ।।
न सरे प्रीत। अशी निसर्गरीत ।।

❖❖❖

पोटाचे म्हणणे जिभेने ऐकावे

जीभ ही भयंकर चपळ सौदामिनी आहे. तिचा धर्म आहे चंचलता. तिला चरायला फार आवडते आणि घसरायलाही. शब्द चुकला की माणसाला ती शिक्षा फर्मावते. शिक्षा मागायला सांगते. तंटा उभा करते. जोडणारी तोडणारी ती प्रसंगानुसार अमृत आणि विष अशा दोन्ही रुळांवरून जिभेला धावायला फार आवडते.

तुमच्या पोटाचा उकिरडा करायचा की आरोग्यधाम करायचे, हे जिभेच्या मालकीखाली अधिक असते. सतत बाहेर खाणं फार बरं नाही हे सगळ्यांना कळते. पण हे जिभेला पटत नाही. ती तोंडातल्या तोंडात राहते, पण माणूस सतत पळवते. ''जरा जीभ आवर'' हे तिनंच शब्दांचे वाक्य पण अनेक अर्थांनी सावध आणि सूचक आहे. एखादा संग्राम थोपविण्यासाठी या वाक्याचे पालन केले तरी भांडणाचे वार परत पाठविता येतात.

जीभ आवरता यावी, खाण्यात आणि बोलण्यात. अन्यथा, नासाडी व्हायला फार वेळ लागत नाही. चटक मटक हा जिभेचा मुख्य छंद आहे. उत्तम ते घरातले खाऊन लगेचच जीभ कंटाळते. कारण जीभ रसनापारखी आहे. चवविविधा हा तिचा स्वभाव आहे. चांगले, रसदार, सत्व असलेले खाणे हे तर उत्तमच. पण पोट भरण्यासाठी बाहेरचे वाट्टेल ते खाणे वाईट म्हणजे वाईटच! श्री श्री रवीशंकर आपल्याला वैज्ञानिक अभ्यासामधून तसेच विज्ञानाचे दाखला देऊन सातत्याने सांगतात, ''गूळ आणि मध हा शरीरासाठी उत्तमच आहे.'' साखर ही फार वाईट. साखरेला ते पांढरे विष म्हणतात. पण ऐकलं तो माणूस कसला? स्वच्छ पांढरी दाणेदार साखर माणसाला त्याच्या खाण्याला मोहीत करते. म्हणून साखरेचे खाणार त्याला मधूमेह होणार, हे ठाऊक असून माणूस विचार करत नाही.

टिकणारी ताकद वाढविणे किंवा प्रतिकारशक्ती वाढविणे हे महत्त्वाचे. नुसते टरबुजासारखे वजन वाढवून शरीराचे रोगाचे आगर करण्यात काहीही उपयोग

नसतो. सगळ्यांच्या घरात बारा महिने उपलब्ध असणारे ज्यांच्यासाठी फार पैसा पण मोजावा लागत नाही, असे पदार्थ तुमची प्रतिकारशक्ती वाढवायला मदत करतात. त्या पदार्थांशी माणसाने नाते जोडायला हवे. हळद, मध, मिरे, जिरे, दालचिनी, लिंबू, गूळ' हे सात चिजा आहारात सतत ठेवल्या तरी तुम्हाला साधारण कुठलाच आजार विळखा घालू शकत नाही. वैद्यकीय सल्ला घेत तुमचं जीवन तुम्हाला असं सहज सुंदर आणि निरोगी करता येणं अशक्य नाही. व्यायाम, विहार यांना लॉकडाउनमुळे तात्पुरते लॉक लागलेले असले तरी रानावनातल्या, शेतशिवारातल्या सुरक्षित माणसाला लॉकडाउनचा अडथळा मुळीच नाही. राहीले शहरवाशी ते घरच्या घरी व्यायाम, साधना करु शकतात. उगीचच सतत लॉकडाउनला दोष देण्यात फार मतलब नाही!

ज्यांचा मन आणि शरीर यांच्यावर परिणाम होईल, असा धोपटमार्ग कुणीही धरायचे कारण नाही. दिवसेंदिवस काळ अधिक गुंतागुंतीचा बनत चालला आहे. आघाताचा वारा जोराने वाहतो आहे. अशा स्थितीत "आपले जगणे सुंदर करण्याकरिता सकारात्मकतेचा मार्ग हाच महामार्ग आहे." याचे विस्मरण व्हायला नको. 'लिंबूपाणी' हा जोडशब्द पोट आणि आरोग्य उत्तम ठेवण्यासाठी अतिशय उपकारक असा प्रकारचा जोडशब्द आहे. आणि या दोन्ही वस्तू सतत कुठेही उपलब्ध आहेत. त्यासाठी फार धन-दौलत लागत नाही. शिवाय जेवण आणि जीवन यामध्ये लिंबू-पाणी जर आपण अनिवार्य केले तर साधारण स्वरुपाचे आजार तुमच्या जवळपास फिरकू शकत नाही. श्री श्री रविशंकर यांनी सांगितलेला एक दृष्टांत देत लेखाला मी पूर्णविराम देतो. भाषा, शब्द, भावना ह्या महत्वाच्याच. पण ते म्हणतात, दुर्लभ, उत्तम शांतता मिळविण्यासाठी बिगरशब्दांचे संगीत ऐकले पाहिजेत. केवळ तंतुमय, केवळ बासरीचे स्वर, शांत हार्मोनियम यांच्यामधून बाहेर पडणारे स्वर, नाद तुम्हाला कमालीची शांतता प्रदान करतात. तुमचा एकांत श्रीमंत आणि दीर्घायु करतात. नुसता आरडाओरडा हा आपल्या भावविश्वावर ओरखडा उमटवायलाच सहाय्य करतात. सध्याचा काळ काहीसा जटील आहेच. त्यासाठी या प्रकारचे शांतीपथ जास्त उत्तम!

❖❖❖

दिवस अधिक सावधानीचे...

पावसाळा सुरू होण्याआधी आणि नंतरही मशागत आणि पेरणीच्या कामांची एकच धावपळ सुरू होते. घरांना कुलूप घालून सगळं कुटुंबाच्या कुटुंब या काळात शेतांवर कामांत गुंतलेलं असतं. दरवर्षीचा पावसाळा सारखा नसतो. कधी लवकर तर कधी उशिरा सुरू होतो. घरकामांना वेग तसा शेतीकामांना वेग आलेला असतो. पूर्वी जनावरांना तसेच माणसांना राहायला पावसाळाभर कोरडी जागा बनवली जाई. जंगलातून झाडपाला, लाकूडफाटा आणून झोपड्या बनवायचा एक उपक्रम गावभर चालायचा. पळस, साग यांच्या पानफांद्या वापरून, पऱ्हाट्या तुराट्या वापरून झोपड्यांची डागडुजी केली जायची. शेतातही तात्पुरत्या निवाऱ्यासाठी खोप किंवा खोप्या केल्या जायच्या. तेव्हा, त्या काळी सिमेंट बांधकामांचा इतका बोलबाला नव्हता. गाव गरिबी पण पुष्कळ शेती. दिवस कसे सावधान जगण्याचे होते आणि आहेत.

ऐन पावसाळ्यात किंवा मे-जूनच्या मध्यावर धडाड धूमऽऽ, भयावह आवाज करत विजा चमकतात. कधीकधी रानावनांत चरणारी जनावरे, शेतामध्ये राबणारी गडी-बाया-माणसे अशा विजांना घेऊन येणाऱ्या पावसात झोडपली जातात. कधी त्यात सापडून प्राण गमावताना दिसतात. त्यासाठी पुरेशी खबरदारी घेत मे-जूननंतरचे खूप दिवस अधिक सावधानीचे म्हणून घेतले पाहिजे. विजा पडून अनेक जीव काहीशी लापरवाही झाली की जीवांनिशी जातात. आणि घरावर दुःखांचा डोंगर कोसळताना आपण पाहतो. यासंबंधी योग्य काळजी घेत, पडत्या पावसात झाडाखाली न थांबता सुरक्षित जागा शोधून किंवा या काळात वेळीच घर जवळ करून माणसांनी, महिलांनी सुरक्षेची व्यवस्थित काळजी जरूर घ्यायला हवी. कामाच्या घाईगडबडीत, धावपळीमध्ये खूपदा आपण साध्या गोष्टी विसरून जातो, हे घडायला नको!

पावसाळ्यात सतत वीज जाते, घनदाट काळोख भोवतालामध्ये भरून ठासून दिसतो. अशा वेळी सावधगिरी बाळगली गेली नाही किंवा कामाच्या तंद्रीत जराशी

ढिलाई झाली की अपघात होतात. संकटं धावून येतात. कडब्याच्या सुडीमधून चारा म्हणून पेंढ्या काढताना किंवा गवताच्या गंजीमधून पेंढी काढताना जरा काही काळजी घेतली नाही म्हणजे विषारी दंश होण्याची भीती असते किंवा जनावरांच्या गोठ्यांमधून अंधारात अनवाणी पायांनी धावपळ करताना, जनावरांची सोड-बांध करताना काहीतरी चावल्यासारखे होते आणि हे कारण खूपदा प्राणावर बेतते. खेड्यांमध्ये या प्रकारच्या घटना नवीन नसतात. दरवर्षी या पद्धतीच्या बातम्या ऐकून आपण हळहळतो. यासाठी, असे काही घडू नये, असे काही टळावे याकरिता 'हे दिवस अधिक सावधानीचे, हे दिवस पुरेशी खबरदारी घेऊन काम करण्याचे आहेत.' या सगळ्या पण महत्त्वाच्या गोष्टीकडे दुर्लक्ष व्हायला नको. याकरिता खबरदारीची विनंती!

महिलांचीही घरकामांची, शेतीकामांची धामधूम पावसाळ्यात जरा अधिक स्वाभाविकपणे वाढलेली असते. हा सगळा कामांचा गाडा पूर्णतः काळजी घेऊन चालवायला हवा. पूर्वी घरात अंधाऱ्या जागांमध्ये उभ्या दिशांनी मडक्यांच्या उतरंडी घरोघरी असतं. रोजच्या गरजा भागविणाऱ्या अन्नपाण्याच्या चिजा त्या मडक्यात भरून, जतन करून ठेवलेल्या असतं. उतरंड आणि महिला यांचे नाते एकजीव, परंपरागत. स्वयंपाकाच्या निमित्त, पावसाळ्यात, मडक्यांना खाली वर करताना महिलांना सतत विषारी दंश होत. हे दंश प्राणावर बेतत असतं. समाधानाची बाब अशी की हे प्रमाण आता खूप कमी झाले आहे. पण तरीही दुःख देणाऱ्या अशा घटना कधी कधी गावशिवारात खेडोपाडी घडतात. आणि आपला जीव मग चोळामोळा होऊन जातो. म्हणूनच पावसाळ्याचे विशेषता हे दिवस गाव मातीसाठी, गाव माणसांसाठी अधिक खबरदारीचे, अधिक सावधान राहण्याचे आहेत. त्यासाठी तुम्ही सतर्क, जागरूक राहायला हवं.

घरोघरीच्या मातीच्या चुली पेटवताना घरांच्या कोपऱ्यामध्ये, अडगळीत चुलीला वापरण्यासाठी सरपण, जळतन ठेवण्याचा जुना प्रघात होता. कुठे कुठे आजही अशा जागा घरोघरी आढळतात. पावसाळ्यात अशा जागी विंचू किडा वास करून राहतो. अशा अडगळी विषारी दंशांना कारण ठरतात. तेव्हा सरपण काढताना, उजेडात, पुरेशा प्रकाशात काढणं किंवा अशी जागा सतत स्वच्छ ठेवणं अशी काम करताना पूर्णतः काळजी घेणं अनिवार्य ठरतं. जीव किंवा प्राण यांचे मोल ओळखत कामांच्या घाईगडबडीत पावसाळ्याचे सगळे दिवस जरा अधिक सावधानीचे करतात, म्हणूनच हे एक प्रामाणिकपणे सांगणं!!

❖❖❖

या फुलपाखरांसाठी...

थोडं मागं पुढं होईल आणि शाळेची घंटा वाजेल. शाळा उघडतील आणि किलबिल सुरू होईल. मागच्या दोनतीन महिन्यांपासून एकूण बिघडलेली घडी हळूहळू सुरळीत होईल. पण, काळजी संपेल असं आत्ता सांगता यायचं नाही. मुलंमुलींच्या रूपात ही सगळी फुलपाखरं हळूहळू पाठीवर दप्तर सावरत शाळेच्या स्वाधीन होतील. नाचतील, बागडतील, गाणी गातील, धिंगाणा करतील. रोजच्या होमवर्कमध्ये गुंतून जातील. पण, याला जरा लागेल वेळ! कारण पालक, शिक्षक, मुलं यांच्या मनातली धास्ती मिटलीय कुठं?

जेव्हा सुरळीतपणे अवघ्या शाळा सुरू होतील, तेव्हा खबरदारी संबंधीची उपकारक संहिता तसच मार्गदर्शक तत्त्वं आणि महत्त्वाचे म्हणजे प्रत्यक्ष उपाय हाती घेणं सर्वांनाच आवश्यक आहे. या चिमुकल्या फुलपाखरांसाठी हयगय परवडणारी नाही. गावोगावच्या एकूणच शाळांची इमारतीय स्थिती या घडीला बरी राहत नाही. बंद शाळांमध्ये विंचूकाट्यांचे एक भय दाटून बसलेले असते. तेव्हा शाळांच्या जागा, भोवतालच्या परिसर, खोल्या आणि एकूण तेथील बैठकव्यवस्था स्वच्छतेच्या पातळीवर सुव्यवस्थित असलीच पाहिजे. कोरोनामुळे नव्या खूप गोष्टी पाळल्या गेल्या पाहिजे. स्वच्छतेचा मुद्दा आणि शाळांच्या खोल्यांचे निर्जंतुकीकरण ही प्राथमिक आणि सवयीची गोष्ट झाली पाहिजे. सुविधाच नाही असं कुणी म्हणून भागणार नाही. अन्यथा फुलपाखरांच्या जीवनाशी खेळल्यासारखे होईल.

जुन्या इमारती पुष्कळदा मोडकळीस येतात. मागच्या चार महिन्यांपासून दुर्लक्ष झालेले असते. अशा वेळी काही एक दुर्दैवाने अपघात व्हायचे भय असते. याबद्दल, गावकरी, शिक्षक, यातील अधिकारी माणसं या सर्वांनी सतर्क राहायला हवं आणि धोका परतवून लावण्यासंबंधीची हितकारक तयारी निश्चितच करायला हवी.

एखादं वेळी शाळा सुरू व्हायला विलंबच झाला तर दूरशिक्षण, तंत्रशिक्षण त्यात पूर्णतः सुलभता आणून सुरू करावं लागेल. यात अडचणी उत्पन्न होऊ

शकतात; पण अडचणींचाच पाढा वाचून थांबता येणार नाही. उपाय, मार्ग, पर्याय उभे करावे लागतील. कारण शिक्षणावाचून फुलपाखरं (सर्व चिमुरडी) आपणाला दूर ठेवता येणार नाहीत. विधायक, सहज, मूलहितकारक उपाय आणि योजना कराव्या लागतील. दिवस पावसापाण्याचे असणार आहेत. त्या दृष्टीने योग्य काळजी घेणं हिताचं. महत्त्वाचं. होईल जरा उशीर पण; शहरांमधील शाळांना नवी धोरणं, नवे उपाय, नवी खबरदारी घ्यावीच लागेल. शासन

आणि त्यांची व्यवस्था याबद्दल शाळांना मार्गदर्शक सूचना सतत करीत राहीलच. तरीही मुलेमुली (फुलपाखरं) यांच्यासाठी ने-आण करणाऱ्या शाळागाड्या (स्कूल बसेस) ह्या सातत्याने निर्जंतुक कराव्या लागणार आहेत. बसेसचे सॅनिटायझेशन आवश्यकच ठरणार आहे. विद्यार्थ्यांच्या स्वच्छतेकडे कसून आणि काटेकोर लक्ष देणं, समाजहिताचं, शिक्षणहिताचंच आहे. मुलांमधलं आंतर राखणं, त्यांची बैठक व्यवस्था, स्कूलबसेसमधील आसनक्षमतेत केलेले बदल या सर्व बाबी लक्षपूर्वक अमलात यायला हव्यात. यासंबंधीची बेफिकिरी शिक्षणसंस्था, शाळाप्रमुख, शिक्षकवृंद यांना परवडणारी नक्कीच नाही. पुष्कळ पालक खासगी रिक्षा तत्सम वाहतूक महिन्यावारी, वर्षावारी म्हणून बुक करतात. इथेही काळजी आवश्यक ठरते. यासंबंधी प्रवासी रिक्षांसाठी सरकारनं नियमावली केलेली असून ती लोकांना कळवलेली आहे. तथापि रिक्षांची संपूर्ण आणि सतत स्वच्छता बघावी लागणार आहे. सॅनिटायझर आणि मास्क ही साधनं यापुढं बराच काळ स्वच्छतेचा विचार म्हणून आणि आरोग्याची काळजी म्हणून वापरावी लागतील. रिक्षाचालक आणि पालक यांनी हे सर्व जबाबदारीनं पहायला हवं. शिवाय एका रिक्षात बसवली जाणारी विद्यार्थिसंख्या याकडंही लक्ष द्यावं लागेल.

मुलेरूपी या फुलपाखरांसाठी जेव्हा केव्हा शाळा सुरू होतील तेव्हा समाजातील प्रत्येक घटकांना संवेदनशील राहून काळजी करणं अगत्याचं आहे. समाजाचा घटक आणि देशाचा नागरिक म्हणून सुविधांकडे बारीक लक्ष सर्वांनाच ठेवावं लागेल. शाळा आणि मुलं यातलं दुर्लक्ष कुणालाही परवडणारं नाही. मागील खूप दिवसांपासून भय आपण पाहत आहोत. विषाणू संकटाचा फैलाव त्याचा धाक यातून लोक पूर्णतः मोकळे अजून झालेले नाहीत. अशात शाळा आणि पाऊस हे सोबतच येतील! तेव्हा न घाबरता, न बाऊ करता सावधान राहून आणि सुरक्षितता लक्षात ठेवत सुरू होणाऱ्या शाळा लेकरांच्या पावलांनी गजबजू देऊया.

❖❖❖

शिक्षणावर भाकरीचं नाव हवं

''गुरुजी,
लेकरु येईन कालिजामधी.
घालीन चारसहा वरीस तिथं.
मातर, शिक्षणावर भाकरीचं नाव
लिवायची मिळंल का ग्यारंटी?
आवं, हामी इतं पोटाला कांटा टोचून दिसरात रहाताव!
ऊनापावसाचा इचार नाय करत, आन्
कवडीकवडी जोडून अर्धीकोर खाऊन
लेकरु पुस्तकाला जोडून देताव! ऐकता का?
तवा,
त्याच्या सावलीचं तेवडं सांगा खुशीनं.
आन,
शिक्षणावर त्याच्या येवड्या धडपडीवर
भाकरीचं नाव लिवलं जाईल कां,
तेबी सांगा!
तुमी सांगावं आन् म्या ऐकावं, बास!
मंग आलोच बगा तुमच्या भेटीला!!''

या बदलत्या अशा परिस्थितीत आता पेरणीच्या कामात गुंतलेल्या अशा असंख्य बापांना वरील कवितेत पडलेला प्रश्न स्वाभाविक असणार आहे.

एखाद्या आठवडाभरामध्ये कॉलेज उघडली जातील किंवा अजून थोडासा वेळही लागेल. कॉलेजमधील शिक्षणाचे नाही म्हटले तरी स्वरूप बदलेल. खेड्यांची बहुतांश कष्टकऱ्यांची, शेतकऱ्यांची मुलं सध्या ज्याच्या त्याच्या गावी आहेत. शहरांकडे चटकन निघून जाण्याची त्यांची भीती खतम झालेली नाही.

शिवाय पूर्वीसारखी गर्दी किंवा धांदल कोणत्याही कॉलेजच्या परिसरात दिसण्याची शक्यता नाही. कारण सावधान झालो तरी आपली भीती अजून एकूण निघून गेलेली नाही. कसं होईल शिक्षणाचं? असा प्रश्न डोक्यात निर्माण झाला तर तो प्रश्न चुकीचा आहे, असे म्हणता यायचे नाही.

मोबाईल किंवा यासारख्या ई-एज्युकेशनचा नवा पर्याय किंवा या प्रकारचे नवे आणि आधुनिक माध्यमे शिक्षण क्षेत्रामध्ये येतील. येत आहे. पण जिथे भाकरीचे, जगण्याचे प्रश्न अजूनही पुरते सुटले नाहीत, त्यांनी 'आधुनिक' अशा नावाखाली असलेलं शिक्षण कसं घ्यायचं, हा पण प्रश्न आहेच. जो चुकीचा ठरविता येत नाही.

नोकऱ्या थांबल्यासारख्या झाल्यात. खासगी कंपन्यांची स्थिती रोज कानावर पडत आहे. सहा ते दहा वर्षांपासून शिक्षण घेऊन आणि तीन-चार पदव्या घेऊन बसलेली मुलं अजूनही बेकारीची चव चाखत आहेत. ज्ञानी युवा पिढीचा लोंढा वाढलेला आहे. हाताला काम नाही आणि डोक्यात भुंगा घुमतो आहे. हे हाल मित्रांचे मित्रांना दिसत आहेत. अशा वेळी शिक्षणाचा मुद्दा यापुढे आता फार गंभीरपणे समजून घ्यावा लागणार आहे. शिक्षणाचा मुद्दा नव्या रुपात, नव्या पद्धतीनं बदल करत सादर करावा लागणार आहे.

अशा वेळी शिक्षणाची उपयुक्तता पाहावी लागेल. शिक्षणातील संधी निर्मितीचा विचार करावा लागेल. ज्या शिक्षणावर भाकरीचं नाव लिहिलं जाईल, त्या शिक्षणाचा आपसूकच विचार जास्त करावा लागेल. केवळ शिक्षण आणि केवळ पदव्या' हा विचार देशात, जगात करून चालू शकेल, अशी आता परिस्थिती राहिलेली नाही.

मुलांचे खेड्यातील मायबाप या क्षणी घरकाम, शेतकाम यांत पूर्णतः गुंतलेले आहेत. पेरलं तर खाता येईल. घर घराच्या जागी राहील, हा विचार शेतकऱ्यांच्या घरातला आज मुख्य विचार असून तो अगदी रास्त आहे. अशा स्थितीत, हमीच नसलेल्या शिक्षणासाठी पैसा ओतायचा कशासाठी? आणि बड्या बड्या शहरांत मुलांना ठेवायचे कशासाठी? हा सध्याचा गरम प्रश्न, सध्याच्या प्रतिकूल वातावरणाने खेड्यांच्या मायबापांच्या मनांत उभा राहिलेला आहे. जो प्रश्न समूळ चूक ठरविता येत नाही.

नोकरी नावाच्या धक्क्याला लेकरू लागलं पाहिजे. त्याचा त्यानं व्यवसाय चालवत घर चालवलं पाहिजे. नुसत्या पदव्या घेऊन वय आणि पैसा अशी दुहेरी नासाडी करणं खेड्यांना बिलकुल परवडणार नाही, हे सूर्यप्रकाशाइतकं सत्य आहे.

म्हणून स्वावलंबी बनविणाऱ्या आणि काही तरी कौशल्य प्रदान करणाऱ्या शिक्षणाची संधी प्राप्त व्हावी, असा विचार पुढे येणारा आहे.

'ज्याचं त्याला जगता यायला हवं आणि कुणापुढं हात पसरण्याची वेळ येऊ नये,' अशी स्वाभिमानाची, सन्मानाची भाषा शिक्षणामधून तरुणांच्या ध्यानीमनी लाभायला हवी. ज्यात गैर काहीही नाही. ज्ञानापेक्षाही माहिती, माहितीसोबत कौशल्य, कौशल्यासोबत आनंद आणि आनंदासोबत शिक्षणातून उगवणारी हमी किंवा शाश्वती आता मुलांना हवी तसेच पालकांनाही हवी आहे. भाकर मिळेल, हा शब्द शिक्षणावर लिहिला गेला पाहिजे.'' हे होईल शक्य? आपण वाट पाहू.

❖❖❖

अनावर ओढ पांडुरंगाची

वारकरी आणि वारी म्हणजे भक्तीनं भिजलेली एक संस्कृती. ज्या संस्कृतीनं माणसं जोडली, मनं जोडली, माणुसकीचा वारसा उभा केला आणि समूहतत्त्व युगाला प्रदान केलं. अठ्ठावीस युगांपासून... घरोघरी वारी आणि वारी न चुकू दे हरी' हा शब्द गावोगावी रुजून असलेला! पांडुरंगाच्या अनावर ओढीमधून वारीचे अर्थ कळतात. पंढरी या तीर्थक्षेत्राच्या नावामधूनही वारीचे मांगल्य कळून येते. औंदा वारी नाही. वारीतली दाटी नाही. दहा लाख वारकऱ्यांची मांदियाळी नाही. पण अंतःकरणात 'पांडुरंग पंढरीचा' जप कुणी थांबू शकत नाही. असे कोरोना, असे कोव्हिड कितीक येतील-जातील. मात्र पांडुरंगाचं मनात दुमदुमणं कुणी थांबवू शकत नाही. तमाम वारकरी याच भावनेनं आषाढी साजरी करतील. काळजात जपलेला पांडुरंग हवे ते समाधान देईल!

शेतीच्या पेरणी-मशागतीची कामं प्रचंड वेग घेत आहेत. वर्षभराची सगळी तजबीज शेती कसणाऱ्या जनतेने करून ठेवलेली आहे. 'भाकर, भक्ती, भावना' यांचा संगम साधत शेतकरी या काळात खेडी आणि तेथील माणूस नि माणूस स्वप्ने पेरतो. आशा पेरतो. आनंद पेरतो. या पेरणीमधून सुबत्ता आणि समाधान उगवून येते. 'पेरणी' हा केवढा समृद्ध शब्द आहे! चैतन्य आणि सृजन यांचा मेळ पेरणीत सामावलेला आहे. ही पेरणी आणि आषाढी जणू हातात हात घालून वारीत चालत असतात, असेच वाटते. वारी आणि पेरणी हाही संगम तसाच. भक्ती आणि आनंद उगवून आणणाऱ्या बारा महिन्यांतली एकदा वारी केली, की पुन्हा आपले कष्ट, आपले कुटुंब, आपले शेत, आपले गाव आणि आपले घर यांच्याशी माणसं कशी जोडून राहतात. बाकी भजनं, कीर्तनं, प्रवचनं, हरिपाठ, आरती, नामस्मरण यांमध्ये लक्षावधी ही माणसं, कशी बारोमास एकरूप होऊन आनंदात राहतात! पंढरी, पांडुरंग, वारी, दिंडी या साऱ्यांची ही एक बलाढ्य ताकद आहे जी शब्दांपलीकडचीच... वासरांच्या विलक्षण ओढीनं गायमाय जशी सैरभैर

होते, जंगलाचा वणवा पाहताना पाडसासाठी हरिणी जशी तळमळते, भरलेले मेघ बघून चातक जसा वाट पाहतो, त्याप्रमाणे पांडुरंग - वारकरी यांचीही भावस्थिती समानच असते. सर्व संतांचे अंतःकरण काय अथवा सर्व वारकऱ्यांचे मन काय, पांडुरंगाच्या भेटीसाठी विलक्षण असे आतुरलेले असते. ही आतुरता शब्दांपेक्षा प्रत्यक्ष कृती आणि भावनांमधूनच अधिक कळून घेता येणारी आहे.

संत नामदेव महाराज यांचा आपल्या काळजाला हात घालणारा एक अभंग यासंदर्भात फारच बोलका असा आहे. पांडुरंगाचा त्यांनी या अभंगात केलेला धावा आर्तता, भावना, भक्ती, ओढ, जिव्हाळा, मातृत्व या सगळ्यांचाच अर्क म्हणावा असा आहे.

अग्नीमाजीं पडे बाळू। माता धांवे कनवाळू ।। १ ।।
तैसा धांवे माझिया काजा। अंकिला मी दास तुझा ।। २ ।।
सवेंचि झेंपावें पक्षिणी। पिलीं पडतांचि धरणीं ।। ३ ।।
भुकेलें वत्सरावें। धेनु हंबरत धांवें ।। ४ ।।
वणवा लागतसे वनीं। पाडस चिंतीत हरणी ।। ५ ।।
नामा म्हणे मेघा जैसा। विनवितो चातक तैसा ।। ६ ।।

मायलेकरू' आणि अंतरीचा जिव्हाळा' यांचे नाते केवढे अपूर्व, शब्दांपलीकडचे असते त्यासंबंधीचे विविध दाखले देत संत नामदेव महाराज यांनी पांडुरंग आणि आपण यांच्यातील चिंब भिजलेला ऋणानुबंधाचा ओलावा वरील फारच मार्मिक अभंगामधून उकलून दर्शविला आहे. सगळ्या वारकऱ्यांची भावस्थिती याक्षणी यापेक्षा निराळी मुळीच नसते. त्यांना लागलेली पांडुरंगाच्या भेटीची अनावर ओढ आणि संतांच्या मनांच्या आविष्कृत झालेला हा विस्तार समानच माणसांपासून माणूस चार हात दूर ठेवणाऱ्या या कोरोनाने जगाला जो बोध द्यायचा तो दिलेला आहे. खबरदारी म्हणून तो योग्यही आहेच. मात्र, हजारो वर्षांपासून भक्तिरस प्राशन करणाऱ्या किती किती लाख वारकऱ्यांच्या पावलांना आणि पावलोपावली धावणाऱ्या दिंड्यांना क्षणिक गतिरोधक मिळाला असला, तरी 'या हृदयीचे त्या हृदयी' अशी 'पांडुरंग - वारकरी' यांची मनाचिये भेटी कुणीही रोखू शकत नाही. साक्षात भेट औंदा थांबेल; पण मनांची अदृश्य भेट वारकरी तर घडवून आणतील! ओढीचं हेच गमक आहे.

❖❖❖

भुईला पुण्याई तुझ्या पावलांची

एकूणच शेतीव्यवसाय आणि बैल यांचे नाते जुनेच. यंत्रे आणि अवजारे यांचा वापर काळानुसार वाढत असला तरी गरीब शेतकरी बैलांपासून तुटला असे म्हणताच येत नाही. शेती कामांसाठी, बाजार कामांसाठी किंवा लहान-मोठ्या वाहतुकीसाठी, माल वाहण्यासाठी, पाहुण्यांच्या गावी प्रवासाचे जिवंत साधन म्हणून बैलांच्या वापराला समृद्ध इतिहास आणि संपन्न वारसा आहे. बदल झाला असला, तरी या प्राण्याला विसरता येत नाही. एकेकाळी वखरणी, नांगरणी, पेरणी, खळेदळे, मालवाहतूक, बाजार, या गावावरून त्या गावाचा प्रवास हा गाडी, सासर, छकडे, रिंगी, डमनी अशा लाकडी वाहनांमधून केला जात असायचा. या सर्व साधनांना बैल जुंपल्याशिवाय दुसरा पर्याय कधी नव्हता. घोडागाड्या असत; पण त्या विशिष्ट भागांत आणि कमीच राहत. बैल हा शेतीसंस्कृतीमध्ये अपरिहार्य असाच सोबती राहत आला. आजही बैलांवर चालणारी शेती कमी झाली तरी बैलांच्या कष्टांचा उपयोग करून घेणारी शेती संपलेली नाही.

बैल या प्राण्याचे कष्ट अपार आहेत. ते केवळ शब्दांत सांगणेसुद्धा कठीण आहे. बैलांच्या कामांचे तास न मोजता येतील एवढे. पडेल तसा काठी-चाबकांचा मार खात, नाकातल्या वेसनीचे झटके सहन करत अत्यंत प्रामाणिकपणाने प्रचंड कष्ट उपसणारा बैल शेतकऱ्यांच्या अन्नपाण्याशी घट्ट जोडलेला आहे. शेकडो वर्षांपासून!

बैलांना मार मिळतो त्याप्रमाणे माया-प्रेमही. बैल आजारी झाला तर स्वतःला भाकर गोड न लागणारे लक्षावधी शेतकरी सांगता येतील. बैल बसला तर शेती बसू शकते' असा एक काळ असायचा. याचा अर्थ नांगरणी, पेरणी बैलांबिगर अशक्य अशीच कृती असायची. त्यामुळे बैलांची स्वच्छता, बैलांचे चारा-पाणी, बैल बांधण्याची जागा, त्यांच्या पाठीवरून फिरणारे हात, रोजच्या रोज बैलांची घ्यावी लागणारी काळजी हे सगळे विषय ग्रामीण महाराष्ट्राच्या शेतीच्या संस्कृतीमध्ये प्राणिमात्रांवरील दयाबुद्धीचे आणि माणसांच्या जिव्हाळ्याचेच विषय मानले गेले

आहेत. आजही गाव, शेती, बैल' हे तीनपदरी तत्त्व संपलेले नाही. बाजारात उत्तम, निरोगी बैलजोड्या काहीएक लक्ष-लक्ष रुपये मोजून घेतले-विकले जातात. अनेक गावांत, घरांत बैलांच्या जोड्या सांभाळण्याचे कार्य आजही पिढ्यान्‌पिढ्या केलेले बघायला मिळते. धर्मग्रंथात, शिल्पकलेत, कथा-कवितेत, कादंबऱ्यांत, चित्रकलेत अशा असंख्य सांस्कृतिक परंपरेत बैलांचे स्थान आणि बैलांचे सौंदर्य अढळच आढळून येते. शक्तीची, नवसृजनांची, परिश्रमाची, पुरुषार्थाची, पराक्रमाची, आज्ञापालनाची, निरंतर सेवेची, काबाडकष्टाची, प्रामाणिकपणाची अशी किती तरी महत्त्वाची प्रतिके बैल या प्राण्यामध्ये आहेत. 'गाव - शेती - कष्ट - व्यवहार - पीकपाणी' या एका अनिवार्य सूत्रामध्ये बैल प्राण्याचे असलेले स्थान केवळ अटळ असेच मानले गेले आहे.

'पोळा' या नावाचा सण बैलांना मध्यवर्ती ठेवत, बैलांचाच सण राहिला आहे. या सणाला कृषी परंपरेत मोठे स्थान आणि उज्ज्वल परंपरा मिळालेली आहे. हा सण आला म्हणजे आजही गावोगावी बैलांची संख्या किती आहे हे कळून येते. रंगवलेले, सजवलेले असंख्य बैल या सणात बघताना डोळ्यांचे पारणे फिटते. आनंदाची संस्कृती म्हणून आणि बारा महिने कष्टसंगत करणाऱ्या बैलांना दिवसभराची विश्रांती या सणाच्या दिवशी मिळते. बाकी सालभर गाडा ओढणे आणि कष्टाशी झुंज देणे संपलेले नसते. शेती, माती, माणूस आणि हा प्राणी यांच्या अथक परिश्रमांमधून भाकरीची संस्कृती जगाला जगवत राहते.

ग्रामसंस्कृतीत या सत्य बैलांसोबत माती-चिखलाचे बैल करून त्यांची पूजा करण्याचा पारंपरिक प्रघात आहे. भावना, श्रद्धा, श्रमाविषयीची कृतज्ञता, शिवार परंपरा आणि अन्नपाण्याची देवता म्हणून बैलांच्या पूजनाला एक महत्त्व ग्रामसंस्कृतीमध्ये रुजलेले आढळून येते. 'माती - जीव - श्रम - अन्न - पाणी - श्रद्धा' अशी एक अत्यंत पवित्र धारणा बैलांची महती दर्शविण्यामध्ये अर्थातच सामावलेली आहे. बैल विकताना, बैलाचे काही दुखताना, बैल सांभाळताना, बैल कामांना जोडताना, बैल पळवताना, बैलांना पाणी पाजताना, बैलांची सोडबांध करताना शेतीपरंपरेच्या संमिश्र भावभावना असल्याचे आढळून येते. शंभर ग्रंथ लिहून शिल्लक राहील एवढी माहिती बैलांविषयी गावशिवारांमध्ये आढळून येईल. माणसांच्या भावविश्वामधून बैल पूर्णतः जाऊच शकत नाही. खेड्यांचे सगळे इतिहास आणि शिवारांची सगळी संस्कृती समजून घेताना बैल नावाचा शक्तिमान, कष्टवंत हा प्राणी कधीच विसरला जाऊ शकत नाही.

❖❖❖

विसरणे : एक बेरीज वजाबाकी

विसरणे हा एक असा शब्द आहे ज्यामुळे माणसाला सुखही वाटते आणि दुःखही. यामधून प्रत्येक जण जातोच. विसर पडत नाही, असा जगातच माणूस नाही. रोजच्या जीवनशैलीत सरासरी खिशाला लावून असलेला, लिहिण्याच्या अथवा सही करण्याच्या हेतूने काढलेला पेन विसरला जातो. किंवा हातातला मोबाईल, पाठीवर लटकवलेली छत्री, खरेदीसाठी घेतलेली पिशवी, घराच्या-गाडींच्या किल्ल्या या प्रकारच्या वस्तू जिथं ठेवल्या आणि तिथून बाहेर पडताना विसरल्या जातात. हा विसरण्याचा अनुभव बहुतेक माणसाने कधी ना कधी घेतलेला असतो. मग या विसरण्याचे रुपांतर हरवण्यात होते. आणि माणसं त्यामुळे सैरभैर होतात. परत घ्यावयाचे पैसे विसरणारे लोकं असतात. पैशाचे पाकीट विसरणारेही कमी नसतात. आणि या प्रकारची वजाबाकी महागात पडते. मात्र, विसरणे कुणाला चुकलेले नसते. एवढी वर्षे उलटून जातात, पण आपल्या लग्नाचे फोटो जेंव्हा केंव्हा आठवण आली म्हणजे आपण तो अल्बम काढून पाहतो. काळजातली अत्तराच्या कुपीसारखी ही आठवण माणसे जीवनभर विसरत नाहीत. हे न विसरणे बेरजेचा भाग आहे. भूतकाळातून आनंद मिळण्याची ही एक जागा आहे.

आयुष्यात कधी काळी जीवाभावाची असलेली व्यक्ती संकटात धावून येणारी कुणीही व्यक्ती आपण कधीही विसरत नाही. हा स्मरण यात्रेमधील बेरजेचाच गुण आहे. उपकाराच्या जाणीवांचा हा सुंदर भाग आहे. दुःखांचा, वेदनेचा, संघर्षाचा, जीवनयुद्धाचा, पोळलेल्या गरीबीचा, शोषलेल्या दारिद्र्याचा, भोगलेल्या दैनतेचा, प्रचंड अडचणीत केलेल्या मदतीचा, धावून केलेल्या उपकारांचा, झालेल्या अपघातांचा, मार दिलेल्या त्या मास्तरांचा आणि कधीतरी रागावून भडकलेल्या बापाचा प्राप्त अनुभव माणूस सहसा विसरत नाही. हे न विसरणे काळजावर कोरून राहते. किंवा मानवी मेंदूच्या डबीमध्ये साठवून असते. विसरली न जाणारी

ही विविध अशी घटनांची मालिका तुमचे ते दिवस पुन्हा पुन्हा ताजे आणि हिरवेगार ठेवायला मदत करणारी असते. विसरु म्हटले तरी ते विसरले जाऊ शकत नाही.

आत्मकथा लिहीणाऱ्या लेखकांना हा असा गतकालिन आठवणी, घटना, प्रसंगाचा मसाला लिहायला एक प्रकारे रसदच पुरवितो. साहित्यिकांना भूतकाळाची पुष्कळच मदत होते. वर्तमान आणि मागचा काळ यांचा सांधा लिहीणारी माणसं छानसा जुळवत राहतात. हे असे सर्व आठवणे औषधासारखे बनते. हे स्मरण सर्जनशिलतेचे उत्तम खाद्य बनताना दिसते. चोराने लुटल्याची, झालेल्या अपघाताची, दुःखाचा डोंगर कोसळल्याची, पराभवाची, खूप अभ्यास करूनही परिक्षेत अपयश आल्याची, प्रियकर-प्रेयशी मध्ये दगा दिल्याची, विश्वासघात केल्याची किंवा काहीतरी एखादा भिषण प्रसंग, घटना, गोष्ट, अनुभव यासंबंधीची आठवण पुन्हा येऊ नये असेच वाटत राहते. हे वजाबाकीत जाणारे महत्वाचे विसरणे मानता येईल. हे आठवू नये असेच वाटते. दुःख मुळात मनात घर करूनच असते. ते सहसा माणूस विसरत नाही.

याउलट काही प्रसंग प्रेरकच असतात. कोणत्या तरी क्षेत्रात तुमची झालेली निवड, तुम्हाला मिळालेला पुरस्कार, तुमचा एखादा झालेला भव्य सत्कार, एखादे प्रचंड मोठे मिळालेले यश, मिळालेली मोठी संधी याला माणूस जन्मभर विसरु शकत नाही. या प्रकारचे यश तुम्हाला सतत प्रेरणा वा आनंद देत राहते. या प्रकारचे यश इतरांनाही खुपदा प्रेरक ठरत राहते. आज खेड्यापाड्यांमधून किंवा गरीबांच्या कुटुंबामधून कठोर मेहनत आणि प्रचंड जिद्द बाळगत अनेक मुली-मुलं स्पर्धा परीक्षा किंवा इतर परीक्षांमध्ये भव्य, गौरवास्पद यश मिळवितात. हे यश मग ती मुलं, त्या मुलांचे गाव, आई-वडील, नातेवाईक आणि त्यांचा परिसर कधीच विसरू शकत नाहीत. हे न विसरणे प्रेरणादायक ठरते. ही आठवण कायम मार्गदर्शक ठरू पाहते.

मृत्यूच्या आठवणी नको वाटतात यायला. दुःख निघून जावे आणि आनंद हासत यावा, असे मुळातच माणसाला वाटत राहते. वस्तूंचे विसरणे तात्कालिक असते. मात्र, अनुभव किंवा घटना किंवा प्रसंग हे विसर सिमेवरून सहसा हटतच नसतात. मात्र विसरण्याचा हा वजाबाकी आणि बेरजेचा खेळ प्रत्येकच माणूस खेळतच राहतो. हा सगळा खेळ उन-सावल्यांसारखा म्हणावा असा आहे. कुणी माणूस यातून सुटलेला नसतो.

❖❖❖

सायकल आणि रेडिओ

सायकल आणि रेडिओ ही दोन साधने मराठी ग्रामीण माणसाच्या जीवनाचा अविभाज्य भाग होती. माणसाला ती दुर्मिळही होती. घरोघरी सायकल नसे. त्या जिथे असत तो वैभवाचा भाग मानला जाई. गावात एखाद-दुसरी मोटर सायकल दिसे. आजच्या सारखा गाड्यांचा सुकाळ पूर्वी नव्हता. पण सायकल आणि रेडिओ ही माणसाची एक ओळखचं होती. मुळात सायकल हे साधन फारच उत्तम. आरोग्य आणि व्यायाम यांचा संगम सायकलमध्ये सापडतो. शिवाय, रोजच्या रोज चालवायला सायकलसाठी फार पैसे मोजावे लागत नाहीत. व्यायामासाठी तर सायकल एक सर्वश्रेष्ठ दोन चाकांचे साधन म्हणून मान्यता पावलेली आहे. आज लक्षावधी रुपयांच्या अत्याधुनिक सायकली जगभर चालतात. विविध शहरांमध्ये बडे बडे लोक, बड्या बड्या सायकली घेऊन व्यायामाचे सुंदर उद्दिष्ट पूर्ण करताना पाहावयास मिळतात. कारण सायकलमध्ये आरोग्यमंत्र सामावलेले आहेत.

पूर्वी गावोगावी शाळांचे गुरुजी सायकलवरच येत. पुष्कळ शिक्षक पैदलही ये-जा करत. प्रवासाचे एक मुलभूत आणि मुबलक असे साधन म्हणून सायकलचा मान मोठा मानला जात असे. पुढे पुढे फटफट्या (मोटार सायकली) यांच्यात प्रचंड वाढ झाली. आज तर रस्त्यांवरून सायकल गायब झाली आणि मोटार सायकलींचा सुळसुळाट झाला. खेळता पैसा, गतिमान काळ, जलदगतीचे साधन आणि जणू गरज झालेली मोटार सायकल आज सगळीकडे आढळून येते. काळ बदलला आणि म्हणून गरजही बदलली. पुष्कळदा आज पण शाळांना जाणाऱ्या मुली, मुले सर्रास सायकलींचा वापर करताना दिसतात. यातही आज बदल आढळून येतो. आज हे चित्र तेव्हढेसे दिसत नाही. काळात बदल आणि गरजेतही बदल!

विविध कंपन्यांमधील सुरक्षा रक्षक, बांधकामावरील मजूर ज्यांचे हातांवर पोट आहे असे लोक, छोटेछोटे कारागिर, शिपाई वर्ग यांच्यामार्फत सायकलींचा वापर आजही होतो. जेमतेम कमाई असलेल्या जनतेला सायकल हेच साधन परवडणारे

असते. महागड्या दुचाक्या यांना घेऊन चालवणे शक्य होत नाही. सायकलींचे महत्व एका काळात सर्वत्र प्रचंड अशा स्वरूपात होते.

या प्रमाणेच रेडिओचे ग्रामीण जीवनात अत्यंत मौलिक स्थान आहे. आजही ते फारसे कमी झालेले नाही. ज्ञान, विरंगुळा, मनोरंजन, माहिती, टाईमपास आणि आनंदी आनंदासाठी रेडिओचे महत्त्व ग्रामीण संस्कृतीत केवळ श्रेष्ठ आहे. विविध कंपन्यांचे रेडिओ घरोघरी आढळून येत. घरोघरी कामे करताना किंवा शेतमळा येथील दिवसभरांची कामे करताना काखेमध्ये - बगलेमध्ये रेडिओ घेऊन किंवा झाडांच्या फांदीला रेडिओ टांगून गाणी ऐकत खेड्यातील अनेक पिढ्या लहानांच्या मोठ्या झाल्या. इतके सोपे, साधे स्वप्न माहिती देत मनोरंजन करणारे जगात दुसरे साधन नसावे. हल्ली तर आकाशवाणी किंवा एमएफ यासारखी नवी कितीतरी साधने आपल्या जवळ आली. त्यामुळे रंजक माहितीची एकूण अलिबाबाची गुहा रेडिओमधून खुली झाली आहे.

छंद आणि आवड घडविणाऱ्या रेडिओसारख्या या छोटयाशा साधनाने माणसेही घडविली आहेत. ज्ञान घडविले आहे आणि उत्तम मनोरंजन केले आहे. ग्रामीण जीवनाचा इतिहास लिहिताना या जीवनांमधून रेडिओ बाजूला करून इतिहास लिहीता येऊ शकणार नाही. इतके जुने नाते गाव आणि माणूस यांच्यामध्ये रेडिओने निर्माण केले आहे. पूर्वी लग्नांमध्ये नवरदेव रेडिओ, मनगटी घड्याळ मिळावे याठी रुसून बसण्याचा एक मजेशीर प्रसंग असायचा. मग नवरदेवालाही ती वस्तू लग्नातच दिली जायची. मग लग्नसोहळा संपन्न व्हायचा. हक्क, हट्ट, प्रेम आणि नवलाई यांचा संगम या गाठीभेटीमध्ये सामावलेला असायचा. खेड्यात बहुसंख्य लोकांना सकाळपासून रात्री झोपेपर्यंत रेडिओवरील कार्यक्रमाचे प्रसारण ऐकून ऐकून सर्व ठाऊक झालेले असते. कारण त्यांच्या जीवनात आनंददायक साधन म्हणून रेडिओचे स्थान केवळ अनिवार्य असे असायचे. आज ती परिस्थिती नसली तरी ग्रामीण भागातून रेडिओ ऐकणारी जनता मोठ्या प्रमाणात आहे. सवय आणि गरज यांचे नाते रेडिओ आणि माणूस यांच्याशी कमी झाले तरी तुटलेले नाही.

छापलेले वर्तमानपत्र हे गावात पोचण्याआधी रेडिओ पोचलेला आहे. सर्व प्रकारचे ज्ञान रेडिओने आधी गावात पोचवले. भजन, कीर्तन, पूजन यांच्या श्रवणाने आणि रेडिओच्या श्रवणाने गावकरी जनतेचा सतत सत्कारणी लावला. वर्षभरापूर्वी 'सायकल' आणि 'रेडु' या नावाचे दोन मराठी चित्रपट आलेले होते. हे दोन्ही चित्रपट फार अप्रतिम असे होते. गावामाणसांचा इतिहास, त्यांची गरज आणि त्यांच्या जीवनातील आनंद दाखविणारे हे दोन्ही मराठी चित्रपट ज्यांनी पाहिले नसतील त्यांनी जरूर बघावे.

❖❖❖

शेती संस्कृतीचा बीजमंत्र

शेती कसणं, तिथं कष्ट ओतणं आणि कष्टामधून सोनं पिकवणं हा सगळा प्रत्यक्ष अनुभवाचा विषय आहे. नुसतं म्हटल्यामुळं शेती होत नाही. किंवा केवळ बांधावर उभं राहून शेती होऊ शकत नाही. 'जावे त्याच्या वंशा...' हेच सूत्र तिथं लागू पडतं आणि अनुभवातूनच शेतीचा आत्मा कळून येतो. म्हणूनच कष्ट उपसणाऱ्या जनतेच्या मताला जेवढी किंमच आहे, तेव्हढी किंमत कष्टच न करता बोलणाऱ्या कुणालाही नाही आणि नसते. शेतीची संस्कृती, मशागतीचे महत्व, पर्यावरणाची गोष्ट, कष्टाचा अर्थ, पेरणीचे संदर्भ, बी-बियाण्यांचा अर्थ आणि यातून माणसांच्या विविध स्वभावछटा आपल्या संतांनी अभंगातून नेमक्या सांगितल्या आहेत. संत तुकाराम महाराज यांचे या विषयाबद्दल वेगवेगळे अभंग आहेत, जे या जनतेच्या ओठावर सतत बसलेले बघायला मिळतात. संत तुकाराम महाराज यांचा एक मार्मिक अभंग आहे, ज्यामधून त्यांनी शेती संस्कृती कशी सांभाळावी, शेती कशा पद्धतीने कसावी याचा बीजमंत्रच सांगून ठेवला आहे. शेती, बी, पाणी, वारा, पाऊस, वृक्ष, वेली, जीव, सृष्टी, माणूस यांचे एक रिंगण शेती संस्कृतीभोवती निसर्गतः आखलेले आहे. हे रिंगण जरा कुठं बिघडले म्हणजे शेतीच्या जोपासण्यामध्ये गतिरोधकं निर्माण होऊ शकतात. म्हणूनच घड्याळ बघून किंवा घड्याळातील वेळा, तास मोजून असं टाईमटेबल जुळवून शेती होत नाही. शेतीला सगळा जीव लावावा लागतो. शेतीत कष्टाचा इतका, एवढा असा तासांचा हिशेब ठेवत बसता येत नाही. 'जन्मोंजन्मी आम्ही बहुपुण्य केले', या एका आंतरिक बांधिलकीनं शेतीचा ध्यास धरावा लागतो. त्यावेळी ती पिकते, फळते आणि धनधान्यांची रास माणसाच्या पदरामध्ये ओतून देते. 'निरंतर कष्ट' आणि 'कष्ट एके कष्ट' हा शेतीचा मुख्य मंत्र आहे. शेतीकडे जेवढे आपले सुंदर लक्ष राहील, तेवढ्या प्रमाणात शेती तुमच्या श्रमाला सोबत करते. शेतीचा हात हातामधून कधीही सुटू देता येत नाही. तिच्यासोबत तुम्ही

राहा ती तुमच्या सोबत असतेच. शेतीचं हेच खरं गणित आहे. हीच खरी शेतीची व्याख्या सुद्धा!

मशागत किंवा संगोपन, पेरणी आणि सतत शेतीवरचं लक्ष, शेतीला लागणाऱ्या पाण्याचे व्यवस्थापन, पीक आणि पाणी, मशागतीचं सातत्य आणि अपेक्षित प्राप्त होणारे फळ ह्या साध्या परंतू कष्टसाध्य गोष्टी संत तुकाराम महाराज यांनी अत्यंत अभ्यास आणि चिंतनाला समोर ठेवत त्यांच्या अभंगामधून सांगितल्या आहेत. शेतीच्या संस्कृतीचं एवढ्या कमी शब्दात इतकं महान तत्त्वज्ञान अन्य कुणी जगात सांगितलेलं नसावं. शेतीत पेरलेलं, सर्व बाजुंनी लक्ष दिलं तर कधीही वाया जाऊ शकत नाही. पाणी व्यवस्थापनाचा नियम नीट पाळला आणि पेरलेल्या बीजामधून पीक नीट वर आलेलं, वेळच्या वेळी केलेल्या मशागतीद्वारे जोपासलं, राखलं, सांभाळलं, जपलं, रक्षिलं, तर त्याची सुंदर फळं मिळतातच! हा मार्मिक बीजमंत्र असा आहे पहा...

बीज पेरे सेती।
मग गाडेवरी वाहाती।। १ ।।
वांयां गेलें ऐसें दिसे।
लाभ त्याचे अंगी वसे।। २ ।।
पाण्याची जतन।
तरि प्रांतीं येती कण।। ३ ।।
तुका म्हणे आळा।
उदक देता लाभे फळा।। ४ ।।

मायबाप असलेली शेती सततचे कष्ट ओतल्याशिवाय आणि हंगामाचे ध्यान ठेवल्याशिवाय तसेच मशागतीचे नियम पाळल्याशिवाय बरकत आणि सुख देऊ शकत नाही. शेवटच्या चरणामध्ये जल व्यवस्थापन आणि त्यामुळे मिळणारे फळ किती सुंदर पद्धतीने सांगून ठेवले आहे. सुजलाम् सुफलाम् शेती संस्कृतीचा संतांचा हा बीजमंत्र कोणत्याही काळामध्ये उपयोगीचं पडणारा आहे.

❖❖❖

दिवे लागले रे दिवे लागले

'गरिबांना कुणी वाली नसतो,' असे जे म्हटले जाते, त्यात तथ्य आहे आणि हे सत्य आहे. महानगरांमध्ये चार तक्रारी केल्या किंवा जोरात आरडाओरडा केला, की सर्व कसे पटकन पदरात पडते. नियम दाखवून चटचट कामे करून घेतली जातात. धाक दाखवून, भांडून अथवा बातम्या, निवेदने देऊन शहरांमधील जनता अधिकाराने जे हवे ते मागवून घेते. अर्थात ही गोष्ट चांगलीच! पण एकाला एक न्याय आणि दुसऱ्याला दुसरा न्याय हे मात्र बरोबर नसतो. 'नागरिक' म्हटल्यानंतर अधिकाराचे जे जे असेल, ते सर्वांनाच मिळाले पाहिजे. संविधानाचा हाच तर प्रधान अशा स्वरूपाचा धागा मानला जातो. पण कागदांवरचे कागदांवर ठेवले जाते आणि प्रत्यक्ष कृतीमध्ये मात्र नेहमीच फरक केला जातो. 'आई रडल्याबिगर बाळाला दूध पाजत नाही' असे जे म्हणतात ते चूक नसते. मात्र अखेर सत्य इतकेच, की आवश्यक आणि प्राथमिक गरजांचा पुरवठा समानतेनेच सर्वांना व्हायला हवा. तिथे भेद कशासाठी हवा? आपण मात्र हा भेद सतत करीत आलो आहोत.

शरद जोशी यांनी म्हटल्याप्रमाणे 'भारत' आपला निराळा आणि 'इंडिया' आपला निराळा आहे. पहिला देश गरीबच राहिला किंवा ठेवला गेला आणि दुसरा देश सतत श्रीमंत, चमचमीत, लखलखीत, ऐटदार, सोयींनी युक्त आणि आलबेल ठेवण्याची रीत आपण जोपासली. अशा वेळी अडचणींचा अभ्यास हवा तसा केला जात नाही. शोषणांवर लक्ष दिले जात नाही. 'आम्हीसुद्धा माणसेच आहोत,' याकडे दुर्लक्ष केले जाते. 'शहरांना मलिदा आणि खेड्यांना कोंडाकचरा' हा आपपरभाव आमच्या सवयीचा झाला आहे. परंतु हे अन्यायकारक आहे, हे तर लक्षात घेतलेच पाहिजे. मागच्या आठवड्यात प्रसारमाध्यमांत एक बातमी खूप अस्वस्थ करून गेली आणि या व्यवस्थेबद्दल चीड उत्पन्न करून गेली. गडचिरोली जिल्हा आणि भामरागड या तालुक्यामध्ये भाटियाटोला या गावात, गाव वसल्यानंतर २५ वर्षांनी वीज पोचली, अशी ती बातमी होती. आणि प्रश्न असा पडला, की आपण कोणत्या

देशात राहतो? एका मोठ्या कालखंडामध्ये ही माणसं, हे गाव सलग अंधारामध्ये जीवन जगत आहेत, याबद्दल नागरिक म्हणून आपण काय विचार करतो?

अखेर केंद्रीय राखीव पोलिस दल आणि पोलिस अधिकारी, कर्मचारी यांनी लक्ष घातले आणि भाटियाटोला हे गाव सौरऊर्जेमुळे 'प्रकाशाचे - उजेडाचे गाव' झाले. या पोलिस अधिकारी, बंधूंना धन्यवाद द्यायला हवेत. त्यांचे अभिनंदन करायला हवे. 'भाटिया' हा समाज या गावात वस्ती करून आहे. अत्यंत खडतर पद्धतीने श्रम - कौशल्य - ज्ञान वापरून भाटिया समाज २५ वर्षांपासून अंधाराची सोबत करून आयुष्य कंठत आहे. अशा गावात अधिकारी व पोलिस बांधवांनी उजेडाची स्थापना केली! या कार्याचा आनंद आहेच आणि आपण नागरिकांनी इतकी वर्षे याकडे लक्ष का दिले नाही, यामुळे अस्वस्थही वाटते आहे. भाटियाटोला गावापर्यंत जाण्यासाठी अजून रस्ता नाही, पाण्याची धड व्यवस्था नाही. ती माणसे रानावनात, जंगल - अरण्यात कष्ट उपसत शांतपणे जगत आहेत. ही बाब अर्थातच माणुसकीच्या पातळीवर कुणालाही अस्वस्थच करू पाहणारी आहे.

गरिबांच्या वेदना समजून घेतल्या पाहिजेत. माणूस म्हणून या जगाकडे बघितले गेले पाहिजे. अन्न, वस्त्र, निवारा आणि माणूस तसेच समाज म्हणून हे प्रत्येकाला मिळाले पाहिजे. कारण हा सगळा अधिकाराचा आणि लोकशाही तत्त्वांना धरून असणारा असाच विषय आहे. एक जग चोवीस तास प्रकाशात आणि माणसांचेच दुसरे जग वर्षानुवर्षे अंधारात राहणे हे कुणालाही खटकणारे आणि अस्वस्थ करणारेच आहे, एवढा विचार तर मानवी पातळीवर तुम्हाला - आम्हाला करायला हवा.

❖❖❖

बाई पाऊस पाऊस

पाऊस, सर्वांनाच अत्यंत प्रिय! त्याच्याशिवाय जगाचे पान हलत नाही. पाऊस गायब झाला, की कशी दाणादाण उडते. त्याचा अतिपणा पेलवत नाही. तो आलाच नाही तर मग कुणाचे काही खरे राहत नाही. सर्वांनाच पाऊस हवाहवासा वाटतो. पावसाशिवाय मुंगी जगू शकत नाही. पावसाशिवाय हत्ती जगू शकत नाही. पावसाशिवाय वेल जगू शकत नाही. पावसाशिवाय महावृक्ष टिकू शकत नाही. पाऊस असेल तर पाखरांचे गाणे अधिक सुरात ऐकू येते.

पावसाशिवाय शेती पिकत नाही, माणूस टिकत नाही. सगळे जग त्याच्याशिवाय जगू शकत नाही. तहानेचा जन्मच मुळात पावसाच्या पोटातून झालेला आहे. सगळी समृद्धी पावसात सामावलेली आहे. जसा हवा तसा, बेताचा, लागेल तेवढा पाऊस हा जगाच्या सुख आणि समृद्धीचा असतो. पावसाने जास्त धिंगाणा घातला, की सगळे जीव कसे जीव मुठीत धरून राहतात. सहन होईल एवढा आणि गरज भागवील एवढाच पाऊस उत्तम. महापूर देऊन हाहाःकार उडवणारा पाऊस गाळण उडवतो. भीतीचा काटा अंगावर उभा करतो. मागच्या वर्षी कोल्हापूर परिसर अतिवृष्टीने भयकंपित करून टाकला. यंदा बिहार, कोकण, मुंबई, कोल्हापूर आणि अजून किती-किती प्रदेश अति पावसाने हादरून टाकले. संतत मुसळधार, संतत कोसळधार पाऊस भीती आणि भयंकर स्थिती वाढून ठेवतो. जे आपण हे चित्र कुठे ना कुठे पाहत असतो.

गाव, शेती, शिवार, जंगल, माणूस, नदी, बारव, विहीर, बोअरवेल, ओढा, धरण, तलाव, समुद्र यांचे समाधान झाले म्हणजे जग सुखी अन्यथा फार कठीण काळ अंगावर धावून येतो. दुष्काळ कधीच परवडत नाही. धरणं आटलेली राहिली, की संकटांचा मुकाबला करावा लागतो. शेती आणि पेरणी' पावसाशिवाय शक्य नसते. जगाची महान तहान पावसामध्ये सामावलेली आहे. माणसांच्या सर्व भावभावनांना, माणसांच्या संवेदनशीलतेला, माणसांच्या आनंदाला, माणसांच्या

सर्व प्रकारच्या सुख-दुःखांना, माणसांच्या सर्व-सर्व गरजांच्या पूर्ततेला आणि माणसांच्या जगण्यालाच पावसाने सुख आणि समाधान बहाल केले आहे. पाऊस नाही तर काहीच नाही हे सत्य आहे. नुसता 'दुष्काळ' एवढा शब्दसुद्धा ऐकावा वाटत नाही. त्याउलट पावसाळा म्हटले, की जीव आणि जीव, झाड आणि पक्षी, शेती आणि माणूस, प्राणी आणि मुंगी, फूल आणि मूल, निसर्ग आणि जंगल, माती आणि पीक हे अवघे विश्व पावसामुळे आनंदूनच जाते. गरिबांचे हाल होतात. उघडे संसार भिजून थिजून जातात. बेघरांचे दुःख बघवत नाही. किती-किती माणसं संकटात सापडतात. पाऊसच थांबला नाही तर! पावसाचा रूद्रावतार परवडत नाही.

नागराज मंजुळे यांचा 'पावसाचा निबंध' या नावाचा लघुपट बघा. फारच मार्मिक आहे. गरिबांचे दुःख वाढविणारा, न थांबणारा पाऊस नागराजने असा दाखविला आहे, की पाहणारे अस्वस्थ होऊन जातात आणि दुःखाचे स्वरूप किती मोठे असते याचा अनुभव 'पावसाचा निबंध' लघुपटातून आल्याशिवाय राहत नाही. थैमान घालणारा आणि जगणेच मुश्किल करणारा हा पाऊस अति झाला, की तो कुणालाही नको वाटतो. थोर कवयित्री इंदिरा संत यांची 'बाई पाऊस पाऊस' ही कविता ग्रामविश्व आणि शिवारविश्व यांच्यातील सर्व ताणेबाणे आणि मानवी भावजीवन फारच संवेदनशील मनाने टिपताना दिसते. ती कविता अशी आहे.

बाई पाऊस पाऊस
गरिबाशी खेळे मस्ती,
ओलीचिंब चिरगुटे
आणि घरांत गळती.
बाई पाऊस पाऊस
पोरे आली चुलीपाशी,
माऊ आली मांडीवरी
आणि मोत्या वैरणीशी.
बाई पाऊस पाऊस
घरधनी आले घरी,
शिवारी कामकाज
मनी त्याची झुरमुरी.
बाई पाऊस पाऊस
भरे गारठा घरभर,

घालू वाटे चहामध्ये
पातीचहा, आलेचूर.
बाई पाऊस पाऊस
कोसळतो एकचित्र,
खमंग लोणच्याशी
हवा वाफेचाच भात.
बाई पाऊस पाऊस
कसा निवांत कोसळतो,
सुखावल्या घरट्याला
कसा कुशीमध्ये घेतो.

❖❖❖

आरोग्याची गुरुकिल्ली

झोपला तो संपला! हे वचन सत्य आहे आणि या वचनातला अर्थही खरा आहे. आळस झटकून हमेशा कार्यमग्न राहणे ही आरोग्याची गुरूकिल्ली आहे. 'हे आयुष्य किती सुंदर आहे,' याची आठवण विसरायला नको. यातून एक सकारात्मक भावना वाढीस लागते. कूढ कूढ कुढत बसण्यामध्ये किंवा रड रड रडत बसण्यात काय अर्थ आहे? काही संकटे येतात तशी ती निघून जातात. संकटांना धरून बसण्यात काहीही अर्थ नसतो. चंद्रावर ढग कायम राहतात काय? डोक्यावर ऊन कायम राहते काय? दुःख सोबतच कायम राहते काय? अडचणी सतत येतातच काय? किंवा जीवनात अपयश नेहमीच येते काय? या सर्व प्रश्नांची उत्तरे नाही अशी आहेत.

ज्याची त्यांना यामधून उत्तरे शोधता येतात. मन पक्के हवे. मन खंबीर हवे. विश्वास हवा. त्यापेक्षा आत्मविश्वास हवा. म्हणजे संकटांवर विजय मिळविणे अवघड जात नाही. 'मन चिंती ते वैरी न चिंती,' असे जे म्हटले जाते, ते खोटे नसते. म्हणून हिंमत बलवान हवी. धैर्य शाबूत असावे. आनंदात राहायला हवे. एखादे महासंकटही जास्त जागे करणारे असते. शहाणे करून सोडणारे असते. कोरोना आला. त्याने जास्त मुक्काम ठोकला. पण म्हणून जीवनाचे चाक थांबलेले नाही. वेळ घेतो पण कोरोना जसा आला तसा जाईल. दक्षता घ्यायची मात्र त्याला पार घाबरून जायचे कशासाठी? या महामारी संकटाने स्वच्छतेचा एक धडा जीवनशाळेतल्या प्रत्येकाला शिकवला आहे. आपली - परिसराची काळजी घ्यायला त्याने सूज्ञ, शहाणे केले आहे. भीती हवी कशाला? दक्षता घ्यायला हवी. जागतिक आरोग्य संघटना, शासन व्यवस्था, माध्यमांचा हितोपदेश आणि आरोग्य विभागांचे मान्यवर यांच्या मार्गदर्शक सूचनांचे तंतोतंत पालन करायला हवे. म्हणजे जगणे पुन्हा सुंदर होण्यासाठी प्रत्येकाला मदत होणारी आहे. यातच आरोग्याची गुरुकिल्ली सामावलेली आहे.

श्रम करण्याची सवय करून घ्या. स्वच्छतेकडे काणाडोळा करू नका. उपलब्ध जागेमध्ये साधना, व्यायाम करा. खाणेपिणे याकडे विशेष लक्ष द्या. स्वतःसोबत इतरांची

काळजी घ्या. वडीलधाऱ्या मंडळींची विशेष सेवा करा. कामाचा कंटाळा करू नका. सकारात्मक राहा. तसाच विचार करा. सुखाचे क्षण सतत आठवा. मिळालेल्या यशांचा सतत विचार करा. एकमेकांत सुख वाटून टाका. मनात सगळं ठेवू नका. आनंदाचे सगळ्यांत वितरण करा. स्वतःच्या पावलांजवळच बघू नका. लाभ, लोभ होईल तेवढे कमी करा. येणारा प्रत्येक दिवस सुंदर असतो याबद्दल विश्वास ठेवा. दुःखी राहू नका. सुख आहे, असते हे विसरू नका. सकाळी लवकर उठण्यापासून रात्री जमिनीला पाठ टेकेपर्यंत 'वेळ, कार्य, आहार, विहार, व्यायाम, श्रम, कष्ट, इतरांसाठी, हितासाठी, सुखांसाठी' हा सुंदर दिवस मिळाला आहे याचे चिंतन करा. उगीचच चिंता करू नका. 'कष्ट हा ईश्वर आहे' आणि 'आळस हा वैरी आहे' यात जीवनाची किल्ली आणि आरोग्याची गुरुकिल्ली आहे, हे विसरू नका. राष्ट्रसंत श्री तुकडोजी महाराज यांनी त्यांच्या ग्रामगीतेमध्ये श्रम, सेवा, आनंद याबद्दल किती तरी मार्मिक ओव्या लिहून ठेवल्या आहेत. आपल्या संत मंडळींनी या संदर्भात खूप-खूप सुंदर वचने लिहून ठेवलेली आहेत. अशा या वचनांचे स्मरण आणि या वचनांचे जीवनात पालन केले तर कशाचीच भीती वाटत नाही.

राष्ट्रसंत श्री तुकडोजी महाराज म्हणतात :

''ध्यानापरीच सहल प्रातःकालाची, जरूर करावी सवय रोजची
त्याने देह, मन राहे निर्मल, शुचि, प्राणवायु स्पर्शाने ।।
कोणी धावती, कोणी चालती, कोणी आसने सूर्यनमस्कार घालती
कोणी गाती, चिंतन करिती, हे दृश्य दिसो प्रभाती ।।
काही पठण-पाठण करावे, शरीर, मनासी वळण लावावे
आयुष्य सुंदर होते आघवे, ऐशा क्रमे ।।
घरी असो वा आश्रमी, प्रवासी असो वा तीर्थधामी
प्रातःकाळी नित्यनियमी, अभ्यासक्रम उरकावा ।।
घरा-आश्रमाची करावी सफाई, स्वच्छता मार्गी ठायी ठायी
गायी, म्हशींचे गोठे सर्वहि, आरशासारखे करावे ।।
गडी, माणसांनी सहाय्य द्यावे, परि प्रत्येकाने काम करावे
आईबाई मिळोनि उरकावे, कामधंदे चटचट ।।''

तनामनांचा आणि श्रमांनी सुंदर झालेला हा स्वच्छतेचा महामंत्र जगासाठी उपयुक्त आहे. त्यात एकमेकां सहाय्य करू, असाही संदेश आहे. आपल्या सुंदर आयुष्याला हवे असणारे टाइमटेबल किती कमी शब्दांत आणि किती सोप्या भाषेमध्ये या ठिकाणी सांगून ठेवलेले आहे. आनंदी जीवनाचा हा मंत्र सतत सगळ्यांनी लक्षात घेतला तर कोणत्या संकटांची भीती मनाला स्पर्श करू शकत नाही.

❖❖❖

खोटी नियत मोठी नोट...

झालंय खरं असं, की विश्वास कमी होत चालला एकमेकांबद्दलचा! काळाचा महिमा म्हणायला हवा. 'शब्द दिला म्हणजे दिला' या वाक्यात केवढा ठासून भरलेला होता विश्वास. तेव्हाही माणसं होती. तेव्हाही व्यवहार होता. गरजा तेव्हाही होत्या आणि शब्दाला जागणारी माणसं होती. सगळ्याच गोष्टींसाठी कागद लिहून घेतला जात नव्हता. कारण समग्र माणुसकी जिवंत होती. इमानाला किंमत होती. लावण्य होते. भरवसे ढिले झाले नव्हते. काठीला सोनं बांधून या गावावरून त्या गावाला जाताना भीती नव्हती. जगाचा प्रामाणिकपणा शाबूत होता.

आज काळ सोकावला आहे. पैसा दिसला, की नियत खराब होते. माणसाचे डोळे फिरतात. घातपात वाढतात. विश्वास तकलादू झाले आहेत. 'पैसा मोठा, माणूस खोटा' असा जगाचा न्याय बनत चालला आहे. हे थांबले पाहिजे. धनाचे वैर विरघळले पाहिजे आणि मनाचे साम्राज्य रुंदावत गेले पाहिजे. माणुसकीला धक्के बसायला नकोत आणि सगळे काही पैशांमध्ये मोजले जायला नको! युद्धे, भांडणे, तंटे सर्वच शतकांमध्ये झाली आहेत. तसा इतिहास आहे. संस्कृतीत शोधले म्हणजे ते सगळे संदर्भ गवसतात. मात्र आजच्यापेक्षा जास्त माणुसकी जुन्या जमान्यात जास्त होती, हे अमान्य करता येत नाही. एकमेकांबद्दलचा विश्वास किंवा एकमेकांना एकमेकांचे आजच्याएवढे भेव तेव्हा नव्हते हे खरे. हल्ली दिवसाढवळ्या एखादे ढेकूळ फोडावे अशाप्रकारे माणसं माणसांना मारतात. माणसांसारखी माणसं चक्क बँका फोडून जातात. डोळ्यांत तिखट टाकून, अंगावर घाण टाकून माणसं माणसांना लुटतात. काय आहे हे? इतकी बदमाशी समाजांत पूर्वी कधी नव्हती. पूर्वी गावात एका पोलिस पाटलाचे - एका सरपंचाचे सर्व गाव ऐकायला तयार असायचा. वडीलधाऱ्या माणसांचा मान राखला जायचा. आजच्याएवढी शिरजोरी लोकांत नव्हती मुळी. शब्द आज्ञेसारखा पाळला जायचा. माणसांच्या प्रतिष्ठेवर सगळी कामं व्हायची. पैसा अंतिम नव्हता. आज माणसं

पैशासाठी वेडीपिशी होतात. त्यासाठी माणसं माणसांच्या जिवावर उठतात. पैसा, पैसा आणि पैसा ही जिभेची व जगण्याची भाषा झाली! ही हवा बदलायला हवी. सुखी जगण्याचे गाणे जन्मायला हवे!

जगात चांगली, सज्जन, इमानी माणसे आहेतच. नाही म्हणायला जागा नाही. तरीही अंधाराची जरा जास्तच भीती वाटावी आणि उजेडासाठी सतत प्रार्थना करावी, असा काळ अधिक प्रमाणात वाढावा असे वाटत आहे.

''काठीला बांधलेले
चांदीसोने घेऊन
करायची माणसं
येऊन जाऊन...

होते इमान
अख्खे शाबूत
भरोसा होता
प्रत्येकाच्या काबूत...

पैसाच सर्वस्व
नव्हते काही
शब्दांची ग्वाही
होती पुरेशी...

स्वार्थ मोठा झाला
माणसाला खोट
खोटी नियत
मोठी नोट...

सुखाचा शोध
लागेना कुणाला
प्रत्येकच खातो
आपापल्या मनाला...

नुसती धावधाव
नाही बरकत
दुःखाचा काटा
वरवर सरकत...

जोडलेले हात
दिसू दे वाढलेले
नम्रतेचे पीक
असो वेढलेले...

जग गुण्यागोविंदे
दिसू दे सर्वत्र
असू दे प्रसन्न
हा दिवस, ही रात्र''

या प्रकारची प्रार्थना समाजाच्या वागण्या - बोलण्यामधून सर्वत्र भरून राहण्याची आवश्यकता आहे. 'इतरांचा विचार करत सर्वांनी चांगले वागले तर जग सुंदर व्हायला फारसा वेळ लागू शकणार नाही.' त्यासाठी तर प्रार्थना आहेत.

त्यासाठी तर शिष्टाचारांची मूल्ये आहेत. नीती आणि विचार त्यासाठीच आहे. थोरांचे विचार आणि संतांची शिकवण सुंदर जगण्याच्या तत्त्वज्ञानाशीच जोडलेली आहे. 'मागे वळून पाहण्यामध्येही मौज आणि जिद्द भरलेली असतेच.' त्यासाठीच जुने ते सोने म्हणायचे असते. जुन्यात समृद्धता आहेच. जुने भंगारात घालण्यासाठी नसते. ते सगळे टाकून कसे देता येईल? वळण, संस्कार, शिकवण, आज्ञा, आदर ही जुनेपणातही देणगी आहे. ज्याला आपण परंपरेच्या संदर्भात समजून घेतो आणि संस्कृती मानून ती जीवनात अंगीकारतो. नवा काळ, नवे स्वीकारणे हे मान्यच; पण माणूस आणि माणुसकी, इमान आणि इमानदारी ही कोणत्याही काळामध्ये गंजूच शकत नाही, हे विसरता कामा नये.

❖❖❖

संकटात असतात शहाणपणाची बीजं...

कोरोनासारख्या झटपट पसरत जाणाऱ्या महामारीने अख्खे वर्ष खाऊन टाकले. अजून त्याचा मुक्काम किती राहील याचे भाकित आजच सांगता यायचे नाही. एकूणच जगरहाटीवर या विषाणूचा विचित्र प्रभाव टिकून राहिला. अडचणी वाढल्या. भीती बळावली. संशय दाट झाला. काळजी घेणे ही सवय बनली. मोकळा श्वास घेण्यावर बंधन आले. कारण ते आवश्यकच होऊन बसले. 'चाकरी - भाकरी - नोकरी - धंदापाणी - गरीब - मोलमजूर' हे सगळे जबर अडचणीत सापडले. नको तेवढे भय जन्माला आले.

याचा फटका शहरांना बसला. खेड्यांना बसला. यातून कोणीही सुटले नाही. मात्र हे दिवस निघून जातील. गढूळ पाणी निर्मळ होईल. श्वास मोकळे घेता येतील. संशयाचे भूत मरून जाईल. धीर धरू. एकमेकांची काळजी घेऊ. सावधान राहत आणि नियम पाळत आपण कामे करत राहू. एकदम थांबणे आणि पूर्ण थांबणे अशक्य असते. थांबला तो संपला. अशा प्रकारच्या संकटाकडे उदार मनाने बघूया आणि आयुष्याची वाट चालत राहूया.

संकटेही शहाणपण बहाल करणारी असतात. सुखे कशी पटकन वाहून जातात पाणी वाहून जावे तशी. दुःखाचे असे नसते. दुःखे मनात घर करून बसतात. संकटाकडे अशा भावनेने बघितले पाहिजे. कोरोनानेही खूप शहाणे बनवले माणसाला!

बिनकामाचे भटकणे त्याने थांबवले. खर्चाला कात्री लावली. स्वच्छता जगण्याचा भाग बनवली. माणसाला सावधान केले आणि सांगितले, ''गाफील राहू नका.'' मेजवान्या, मैफिली, गर्दी, जत्रा, प्रवास, ढाबे, हॉटेल, लॉजिंग, सहली, अवाढव्य विवाहसोहळे, त्यातली महाप्रचंड धनउधळण या सर्व-सर्व घडामोडींना कोरोनासारख्या संकटाने लॉक लावले. त्रास झाला मात्र उधळमाधळ थांबली आणि मौजमजेला बंधन पडले. एक मूठभर जग असे होते आणि आहे

ज्यांच्याकडे घरभर पैसा आहे. अशांचे चंगळ करण्याचे दिवस कुलूपबंद झाले. हातावर पोट असणारे मात्र हैराण झाले. आता जरा त्यांची गाडी रुळावर येऊ पाहत आहे.

पण हेही कबूल करायला हवे, की 'संकटात शहाणपणाची बीजे नक्कीच असतात.' 'उतू नको, मातू नको, घेतला वसा टाकू नको,' असा धडा या वेळी जास्त आठवला. मिजास मिरवणारे जमिनीवर आले. सगळ्यांना जगण्यातली किंमत कळाली. खोटे अहंकार करपून गेले. भान आले आणि भविष्यातही कसे वागावे याबद्दलचे 'नवे शहाणपण' लाभले. संकटातून उगवणारे हे एक नवे ज्ञान जगाला मिळाले. मात्र कोणतीच गोष्ट, कोणतीच वस्तू, कोणताच आजार जन्मोजन्म टिकून राहत नाही. काळ आणि संकट यावर औषध असतेच. 'छळणारे, जाळणारे, पोळणारे हे दिवस जातील लवकर निघून' हे विसरायला नको.

औंदा 'लग्न' या महाउत्सवी आणि प्रचंड उधळमाधळ होणाऱ्या समारंभाला जबरदस्त चाप बसला. एकाअर्थी हे बरे झाले असे म्हणायला हवे. कारण एकमेकांचे अनुकरण करण्यापायी, खोट्या-खोट्या प्रतिष्ठेपायी लग्नाच्या नावाखाली लक्षावधी कुटुंबे हैराण आणि कंगाल झाली हे जळजळीत सत्य आहे. संकटाने 'एक लग्न आणि पन्नास माणसे' हे नवे गणित शिकवले. साधेपणाचे शहाणपण यातून मिळाले. जाणारा पैसा वाचला. खेडोपाडी लग्नापायी घरेच्या घरे बुडाली. कर्जबाजारी झाली. शेतीवाडी विकून कित्येक भिकेला लागली. नाहक प्रतिष्ठेचा टेंभा मिरवत कित्येक कुटुंबे कंगालीमध्ये डुबून गेली. कोरोनाकाळात नियम आणि कायद्याने हा डामडौल थांबवला. हे छानच झाले. मानपान वाचले. पैसा वाचला. खर्चाला फाटा बसला. जवळ आलेले एक संकट दूर गेले. संकटामध्ये शहाणपणाची बीजं असतात कशी तर ही अशी! फार मजा करू नका. फार मिजास बाळगू नका. प्रत्येक गोष्टीवर इलाज असतो, औषध असते हे भान संकटाने शिकवले. सावधानीचे महत्त्व कळले. माणूसपण जास्त कळले आणि उजळून निघाले. समाजसेवा करणाऱ्या असंख्य सरकारी, निमसरकारी हजारो-लाखो माणसांनी दिवसरात्र प्राणाशी बाजी लावून, कशाची पर्वा न करता समाजसेवा केली. 'या संकटाने माणुसकीची - सेवेची नव्याने स्थापना केली.' संकटातील शहाणपणाचे हे एक सुंदर उदाहरण आपण या काळात बघितले आहे. कवितेचा आधार घेत सांगायचे तर...

माझ्या या एवढ्या अस्वस्थतेला
नवे फूल तुझ्यामुळे मिळालेले मी पाहिले...

संकटा, माझ्या रक्तात तूच खोचून दिलेस
शहाणपणाचे हे बीज या टणक खडकांवर...
माझ्या वेदनेला लाभत गेला नवीन अर्थ आणि
माझ्या सावधानीला लाभला सामाजिक नवा संदर्भ...
मी उभा राहीन पुन्हा हिमतीने हे नवे जग पाहायला
संकटा, हुशारीनेच आणिक तुझ्यासोबत राहायला...
हिंमत आणि पत मी सांभाळून ठेवलेली आहे!

❖❖❖

वीतभर पोटाचा केवढा बोभाटा!

भूक लागते. ती लागली की सैरभैर होतात जीव. भान म्हणून राहत नाही. भाकरीचे हे ठळक वैशिष्ट्य आहे. त्यामुळेच कशासाठी, पोटासाठी! असं जे म्हटलं ते खोटं नाही. ही भाकर आणि हे पोट पळवत राहते. केवढं आहे पोट? वीतभर! मात्र ते भरतं आणि रिकामं होतं. भरण्याची आणि रिकामं होण्याची साखळी आहे, जी जीवांना जन्मलं की मिळाली आहे. ती निसर्गदत्त अशी आहे. माणसाला दारोदारी भटकायला भाग पाडणारे हे पोट कालानुकाल माणसाची विटंबनाही करतं. लाचारीच्या एका नावडीच्या भिकाऱ्यांची भीक मागण्याची जडत गेलेली वृत्ती पाहताना समोरची माणसंही ओशाळतात. काहींना दया येते. काही जण याला धुडकारतात. कारण आहे पोट.

अशा वीतभर पोटासाठी केवढा हा बोभाटा. नाना सोंगे, नाना वेश, नाना रूपे, नाना तऱ्हा, नाना ढोंग, नाना प्रकारची लबाडी दररोज आपण पाहतो. पोटासाठी माणसं वाट्टेल ते कृत्य करायला धजावतात. नको तसं वागायला भाग पाडणाऱ्या पोटाचा मोठा बोभाटा आहे.

मग अशा वेळी वाटते, की मानमरातब कुठे हरवला आहे? ज्यांना आपण मूल्ये-तत्त्वे म्हणतो, ती कुठे आढळतात? सभ्यता किंवा शिष्टाचार कुठे आहेत? माणसांचे लाख-लाख आणि कोटी-कोटी मुखवटे बघताना त्यांचे पोट मात्र झाकून राहत नाही. पोट हे नेहमी वस्त्रांच्या खाली झाकून असते. मात्र विविध स्वरूपांची ही सोंगे पोटाला उघडी पाडतात. आता हेच पाहा, कोवळी आणि एकटी-एकटी दिसली की अशा पिल्लांचे कुत्री सर्रास लचके तोडतात. शक्तींचा वापर करून मोठा मासा लहान माशाला गट्टम करतो. शिकारी पक्षी गरीब बापड्या बारीक पाखरांना सहज उचलून घेऊन एकच घास करून टाकतात. सापांना उंदीर-बेडूक आवडीने खावेसे वाटतात. जंगलात रात्रंदिवस फिरणारे जीव, जिवांनाच खाऊन टाकतात. प्राणीसृष्टी कशी बघा जिवांद्वारे जिवांना खाऊन टाकते. भूक ही अशी चौफेर आहे.

निसर्गचक्रात तर ही भूक मान्यताच पावलेली आहे. अरण्यशास्त्रज्ञ आणि थोर लेखक मारुती चितमपल्ली सांगतात, रात्रीच्या वेळी कोल्हे किंवा जंगलातल्या घुशी ओढ्याच्या काठांनी असलेल्या बिळांत शेपटी घालतात आणि बिळांतले खेकडे त्या शेपटींना धरू जाताच कोल्हा किंवा रानघुशी अलगद शेपटी बाहेर काढून खेकडे मटकवतात. पोटाने बहाल केलेली ही हुशारी, चलाखी बघून मी अवाक झालो. पोट ज्ञानही वाढवतं, ते अशा पद्धतीनं. निसर्गात 'हा त्याला आणि तो याला खात राहतो. ही निसर्गाची साखळी सृष्टीमान्य ठरली.' जीव जिवास खातो हे निसर्गातील अन्नसाखळीचे उदाहरण!

संस्कृतमध्ये एक प्रसिद्ध वचन आहे, 'उदरनिमित्तं बहुकृतवेशः' म्हणजे पोटासाठी माणूस वेगवेगळी रूपे धारण करतो, अनेक वेश स्वीकारतो हे खरे आहे. अशा सोंगा-ढोंगांबद्दल संत तुकाराम महाराज यांनीही कडक शब्दांत लिहून ठेवलेले आहे, किती किती नमुन्यांची माणसं समाजात सतत दिसतात, जी पोटासाठी 'भास' उभा करत जगण्याची धडपड करत राहतात. हा सगळा बोभाटा पोटासाठी रचलेला असतो. रडतात, पडतात, लोळतात. खरा चेहरा लपवतात. व्यवहारात फसवतात. खिसा कापतात. धाक दाखवून लुटतात. लुटून पळ काढतात. चोऱ्या करतात. चांगल्या वाईट मिसळून विकून फसवतात. मुखाला रंग लावून पोटासाठी नवा ढंग दाखवतात. भेसळ करतात. व्यवहारात डुबाडुबी करतात. लबाड बोलतात. खोटेपणावर इमानाचा खोटा बहाणा करतात. 'किती हा पोटासाठी बोभाटा...!' कारण कायमचे एकदाचे पोट कधी भरत नाही आणि बोभाटा संपत नाही. जनामनाची लाज गुंडाळून ठेवत माणसं धावत राहतात. सत्य लपून ठेवत असत्य घेऊन हिंडतात.

बरे, एवढ्यावरही माणूस थांबत नाही. शिवाय पोट भरले म्हणून त्याची हाव संपत नाही. माझं ते माझं आणि तुझं तेही माझंच...' यातून माणसाचा हावरटपणा मरत नाही हे मात्र फारच वाईट! बटबटीत असा मानवी स्वार्थ फारच वाईट स्वरूपात बघायला मिळत राहतो. याला त्याला फसवून, स्वाभिमान अथवा माणुसकी उसवून माणसं वागतात, तेव्हा तर अधिकच वाईट वाटते. मुळात चांगलं, सरळ वागून, कष्ट करून, हव्यास सोडूनही इमानदारीने का पोट भरता येत नाही? ते भरता येते? जगातून इमानदारी संपलेली नाही. मात्र हाव आणि वृत्ती बेईमानच असते. नेमकी तीच माणूसपणाचा, सच्चाईचा आवाज बद्द करू पाहते. त्यातून या वीतभर पोटाचा बोभाटा थांबता थांबत नाही.

❖❖❖

जोवर जगात आहोत, तोवर जगून घ्यावे

हे खरं की, एक छोटीसी प्रार्थना केवढी ताकद देऊन जाते! प्रार्थना केली की, देव समोर येतोच हे नाही सांगता येत. पण, प्रार्थनेमुळे मनाचे आभाळ तर नक्की होते. मनाला तरतरी येते. जगात सगळ्याच माणसांना जगणे कळलेले नसते. "हाव घेऊन उठतात आणि हाव घेऊनच झोपतात," अशांना जगणे कळू शकत नाही. मन करा रे प्रसन्न, हेच खरं. शांत, सरळ, सभ्य, सहज, सुंदर जगता पण येते. त्यासाठी काही पैसाच मोजावा लागतो असे नाही. आणि सारे काही पैशात आहे, असे समजायचेही काहीच कारण नाही. "आपण जोवर जगात आहोत, तोवर सुंदर जगून घेता यायला हवे." हे मनोमन सर्वांना ठरवता येते. ज्यांची चूल काम - कष्ट केल्याशिवाय पेटत नाही. ज्यांना कष्ट करून चार घास खाल्ले रे खाल्ले की पटकन दगडांवर- झाडांखालीही पाठ टेकवली की, झोप लागते. हा माणूस माझ्या दृष्टीने जास्त सुखी आणि दीर्घायुषीसुद्धा! ज्यांच्याकडे काळा, गैर पैसा चालत येत नाही, अशा माणसाला जगात कधीच भय स्पर्श करत नाही. तुम्ही जेवढे गडगंज, तेवढे भय जास्त! तुमच्याकडे जेवढी दौलत हपापांची आणि पापांची तेवढी तुमची चिंता पण तशीच आभाळाएवढी! गैरमार्गांनी जे जे, ज्यांनी ज्यांनी जमविले, त्यांना शांत-सुंदर झोप लागणं हे कसं शक्य आहे? थोरांचे, आपल्या संतांचे जीवन चरित्र पाहा. त्यांचा इतिहास पाहा. त्यांनी जन्मभर विचारधनांशिवाय काहीही जमा केले नाही आणि ते विचारधनाशीच जन्मभर जोडून राहिले. कायम तत्त्वे सांभाळली. आचरण शुद्ध ठेवले. जगात माणुसकीचे गाणे, माणुसकी पेरण्याकरता गायिले. प्रत्यक्ष कृती शिकवली. विचार दिले. त्यांचे सगळे जीवनच सुगंधी फुलांच्या ताटव्यासारखे! काहीही जमवले नाही आणि 'सोबत काहीही नेले नाही.' म्हणून संतांचा फोटो पाहिला तरी बारा हत्तीची ताकद माणसाला मिळते.

पण, माणसंच आपण. एका कानानं ऐकायचं आणि दुसऱ्या कानानं सोडून द्यायचं. जे जे चिरंतन आहे, ते आपण सतत मनात आणि कृतीत ठेवतच नाही.

मागील मार्चपासून दुःख आणि भय जगाशी कसे टांगून आहे माणसांच्या पुढ्यात. 'सगळेच जण कसे एका दोरीत बांधावेत असे झालेले आहेत.' जणू गरिबी आणि श्रीमंती या अजस्त्र कोरोनाने कशी एकसमान करून टाकली. भय आणि संशय कसा सगळीकडे एकसारखा झाला.

'जणू महामारी हात धुवून मागे लागली आहे.' असे काळेभोर दिवस इतके तगून राहतील, असे कुणाला तरी वाटले होते! सरकार, संस्था, कार्यकर्ते, डॉक्टर, सेवक, पोलिस आणि हजारो स्वयंसेवक सर्व सर्व तहानभूक विसरून लोकसेवा देत आहेत. दुसरीकडे माझा माणूस मला मरताना पाहता येत नाही, अशी एक महाकठीण स्थिती या महामारीने निर्माण केली आहे. म्हणून 'जोवर आहे तोवर छान जगून घ्यावे.' हाच धडा यानिमित्त अधिकच कोरला जातोय मनावर! आणि यात सत्य आहे. मग अशा वेळी एखादी प्रार्थना, एखादे भजन, एखादे सुभाषित, बोधवाक्य, एखादा पक्षी, एखादे हिरवेगार झाड, छान एखादे पुस्तक, निळेशार आभाळ, प्रत्येक सुंदर सकाळ, एखादे मन वेडावणारे गाणे, एखादे नृत्य, संगीत ही तुमची- माझी ताकद पुरविणारी साधने आहेत. यामुळे भीती जळून जाईल. संशय विरघळून जाईल आणि सुख आपल्या पायांनी धावत जवळ येईल. हो भविष्याबद्दल अंधार वाटतो आहे. मरणाची चिंता मनाला सतावते आहे. भीती मरता मरत नाही. पण म्हणून ही हिंमत सोडता कामा नये. सुप्रसिद्ध कवी फ. मुं. शिंदे त्यांच्या अभंगात म्हणतात,

मढ्याची लागली, सरणाला आस।
थांबलेला श्वास धुरातून।।
डोळेही कठोर, आसवे पातळ।
नात्याचे पितळ संकोचात।।
मरणाची पाळी, झाला उपचार।
जन्म लाचार, अवघड।।
कुणाचे कुणीही, असावे काहीही।
मनात तरीही, कोरडेच।।
जातोच जाणारा, विसरून माती।
राखेवर वाती, कुणासाठी।।
मरणपेठेत, सस्ताईचा काळ।
दुःखाचीही नाळ, कापलेली।।

ही माणसं, हा समाज जणू मरणपेठेमध्ये उभा आहे, अशी सगळी परिस्थिती मनाला डसत आहे. स्वस्ताईचा काळ मरणाभोवती चिकटलेला आहे. जणू संशयाचा एक मोठा पडदा या खुंटीपासून तर त्या खुंटीपर्यंत बांधला असा भास होत आहे. याला घाबरून चालणार नाही. अशा वेळी एखादी प्रार्थना किंवा एखादा अभंग तुमच्या प्राणवायूची पातळी नक्कीच सांभाळू शकते. जोवर आहे तोवर सुंदर जगून घेता यावे, हा धडा कुणी विसरायला नको.

❖❖❖

खरोखरी- ज्ञानगंगा घरोघरी!

मागच्या काही महिन्यांपासून 'घरामधूनच' शिक्षण सुरू झालं. सरकारनं घालून दिलेल्या महत्त्वाच्या नियमांमुळं आणि अंतर ठेवणं तसेच गर्दीला टाळणं या आणि इतर गोष्टींमुळं शिक्षणाचे महाद्वार विद्यार्थ्यांना बंद करण्यात आले. आरोग्याच्या दृष्टीने हा सामाजिक हिताचा निर्णय. सर्वांना मोकळा श्वास घ्यायचे दिवस लवकर येवोत. सध्या म्हणजे मोबाईल, संगणक, लॅपटॉप आणि या प्रकारच्या नवनवीन साधनांद्वारे नवनवे ॲप्स् डाउनलोड करून शिक्षणाची ज्ञानगंगा थेट प्रत्येकाच्या घरामध्ये पोचविण्याचे प्रयत्न सुरू आहेत. शिक्षण थांबलेले नाही. असं हे अजून किती दिवस चालेल, ते सांगणे कठीण आहे. मात्र 'चालत राहावं, थांबू नये' हा धडा या सगळ्यांमधून घ्यायचा आहे. आणि शिक्षणाचं चाक घुमतं फिरतं ठेवायचं आहे. मात्र हे खरं की, ग्रामीण भागांत खूप अडचणी आहेतच. ऑनलाइन शिक्षणाला साथ देणारे सगळ्यांजवळ मोबाईल नाहीत. सतत त्यात पैसे टाकण्याची अनेकांची कुवत नाही. शिवाय ऑनलाइन शिक्षणात पुष्कळदा खंड पडतो. मागचेपुढचे समजत नाही. म्हणजे अडथळे खूप आहेत. अडथळे समजून घेत ज्ञानगंगा वाहती ठेवली आहे. सगळ्या गरीब लेकरांना हा लाभ मिळत नाही. घरात सगळ्यांनी कामे केल्याशिवाय आणि ज्यांना भाकरचटणी मिळत नाही, अशी घरे, माणसे, मुले आपल्याकडे खूप आहेत. यासाठी म्हणून ऑनलाइन शिक्षणाची ही ज्ञानगंगा घरोघरी (गरिबांच्या) पोचविण्याची एक स्वतंत्र यंत्रणा उभी करायला हवी. कारण सध्याचे हे संकट असे चटकन काढता पाय घेईल, असे चित्र सध्या नाही. 'सर्वांनी सर्वांची सर्वतोपरी काळजी घेत घेतच हा जीवनप्रवास करायचा आहे.' हे तर अगदीच सत्य आहे. मोकळा श्वास सगळ्यांना घेता यायला हवा, तसेच खुले शिक्षण सर्वांना मिळायला हवे. याची आपण वाट पाहू!

पैसेवाले आणि पैसे नसणारे इथे एक जग आहेच. ज्यांच्या पाकीट आणि खिशात छमछम पैसा वाजतो. जिथे महागड्या फोनचा- मोबाईलचा तुटवडा

नाही अशांची बात निराळी आणि ज्यांना भाकर मोडून मोबाईलवर खर्च करायला अजिबात परवडू शकत नाही, अशांसाठी ऑनलाइन शिक्षण खूप महाग ठरू शकणारे आहे, हे नाकबुल करून चालत नाही. हा पण विचार टाळता येणारा नाही. शाळांमध्ये थेट शिक्षण लवकर सुरू व्हायला हवे. देशाचा, राज्याचा आरोग्य विभाग आणि त्यांचे लसनिर्मितीचे प्रयोग आणि प्रयत्न प्रचंड अशा मेहनतीने सुरू आहेत. त्याकडे सर्वांचे डोळे लागले आहेत. हा दिवस लवकर उगवो आणि शाळा भरल्याची घंटा कानांवर ऐकायला येवो.

कारण प्रत्यक्ष विद्यार्थी समोर ठेवून त्यांना शिकवणे, त्यांचे आकलनाचे चेहऱ्यांवरील भाव समजून घेणे, त्यांच्या अडचणी समजून घेत त्या सोडविणे, प्रत्यक्षात संवाद, चर्चा, प्रश्न, उत्तरे, समाधान हे सर्व विषय प्रत्यक्ष अनुभवांचे आहेत. ऑनलाइन शिक्षण या सर्वच विषयांवरचे उत्तर मुळीच होऊ शकत नाही. ऑनलाइन शिक्षण- ज्ञानाची गंगा मोबाईलमधून घरापर्यंत पोचवली या काळात. हा एक पर्याय झाला. जो पर्याय अपूर्ण आणि सगळ्यांच्या घरापर्यंत पोचू शकत नाही. आणि तो अशक्यही आहे. सुविधांसह अडचणींचाही विचार टाळून चालणार नाही. महत्त्वाचं असं की, प्रत्यक्ष वर्गात असणं आणि बसणं. प्रत्यक्ष शिक्षक आणि मित्रांशी संवाद साधणं, या सगळ्या गोष्टींत आनंद भरलेला आहे. यांची बरोबरी ऑनलाइन शिक्षण करूच शकत नाही. संकटकालीन ही मलमपट्टी आहे! तरीही पण या अशा शिक्षणाला सध्या अन्य इलाज नाही.

ऑनलाइन शिक्षणाचा असाच मारा अजून बराच काळ राहिला, तर मोबाईल सोयींनी युक्त असणाऱ्या विद्यार्थ्यांना हेडफोनमुळे भविष्यात कानांचे प्रॉब्लेम आणि त्या यंत्रांच्या काचेच्या पडद्यांमुळे डोळ्यांचेही प्रॉब्लेम वाढण्याची शक्यता नाकारता येत नाही. शिवाय, त्यामुळे मेंदू लवकर थकू शकतो. एक प्रकारे मानसिक ओझे वाढण्याची पण शक्यता आहे. म्हणून 'खुल्या शिक्षणाची मौज निराळी असते.' त्या दृष्टीने सरकार आणि समाज यांचे सुरू असलेले जे प्रयत्न गतीने सुरू आहेत, त्या सर्व प्रयत्नांना लवकर यश येवो आणि तुमच्या घरी मोबाईलमधून येणारे हे शिक्षण पुनः शाळांच्या मैदानात आणि शाळांच्या त्या मैदानांमधून शाळांमधील वर्गावर्गांत लवकर पोहचो, अशी आपण सामाजिक आशा सगळे बाळगूया. तेव्हा जा कोरोना जा... जा कोरोना जा... अशा प्रकारची हाकलून लावण्याची कल्याणकारी भाषा जोर धरणं अगदी स्वाभाविक म्हणायला हवी.

❖❖❖

खाऊ नकोस पुडी, सांभाळ सांभाळ कुडी

चघळण्याचे, धुराचे, द्रव्याचे हे व्यसनाचे प्रधान प्रकार तीन. तंबाखू चघळत राहाणं, नाकातोंडातून धूर काढत राहाणं आणि 'दारू' द्रवरूपाचं सेवन करणं, या सवयी समाजात प्रचंड प्रमाणात आढळून येतात.

कुडी म्हणजे या आपल्या शरीराचा विचार आपण गंभीरतेने कधी फार केलेला नाही. देह चांगला ठेवा, आचरण चांगले ठेवा, हे संतांनी, सुधारकांनी सतत सांगितले मात्र आपण अतिचलाख. अभंग- अभंगाच्या जागी ठेवले आणि तंबाखू जिथे ठेवायचा तो ठेवला. सवयीचा गुलाम होणं माणसाला जास्त प्रिय.

कुडी शरीराची आणि पुडी तंबाखूची! एकामुळे दुसऱ्याचे केवढे नुकसान होते, हे सहज कळतच नाही. तंबाखू खाण्याला जणू प्रतिष्ठाच मिळाली आहे. चुन्याची डबी आणि तंबाखूची पुडी हा सवयीचा एक प्रचंड मोठा दाखला मानला गेला. यातील अहित मात्र पुष्कळ जणांच्या ध्यानात जीव धोक्यात जाईपर्यंत येताना दिसत नाही. जागोजागी सगळ्या रस्त्यांवर किती प्रकारच्या, किती रंगांच्या, किती आकारांच्या, किती गंधांच्या आणि किती किती किमतीच्या 'पुड्या' मिळतात. तोंड सुरू ठेवण्यासाठी आणि चवीच्या नावाखाली आपण काय काय चघळत राहतो, याचा भरोसा नाही. शिवाय, या पुड्यांच्या प्रेमात जशी तरुणाई असते. त्याप्रमाणेच प्रौढ गटातील सगळ्या प्रकारची माणसेही असतात. 'एकदा खाऊन पाहू' म्हणता म्हणता पुडीची लत कधी लागते हे कळत देखील नाही. आणि मग सहज आपण पुडीवंत होऊनच जातो.

दात, जीभ, तोंडाचा आतला सगळा भाग, हळूहळू, छातीचा- पोटाचा आतला प्रदेश, आपला मेंदू हे सगळे कुडीतील - देहातील- शरीरातील अवयव चवीखातर खाऊन पाहिलेल्या पुड्यांची मागणी करतात. माणूस सवयीचा यातून गुलाम होतो. कळत नाही की यात पैसा किती आणि कसा गेला. शरीराचा कचरा कसा झाला, याचाही मग अंदाज येत नाही.

बिडी, तंबाखू, मद्यपान ही उजागर व्यसने मानली गेली. त्यात भय, भीती वाटतच नाही. पण या बीडीच्या मागे, तंबाखूच्या मागे जबाबदाऱ्या असतात. लेकरं असतात. घरदारं असते. नातीगोती असतात. 'बिडीच्या धुरात आणि दारूच्या पुरात' उडवलेला पैसा एकट्याचा नसतो. तो कुटुंबाचाही असतो. याचा मात्र विचार 'ओढताना- खाताना- पिताना' केला जात नाही. माझी मौज कुटुंबासाठी सजा असते, हे तेव्हाचं तेव्हा कळतच नाही. जेव्हा कळते तेव्हा मात्र बराच उशीर झालेला असतो.

जीभ आणि साथसंगत यांची ज्याला पारख तो माणूस सुखी. जीभ मोकाट सोडली आणि संगत खराब धरली की, मग कुणाचीही वाट लागायला फार उशीर लागत नाही. धाय मोकलून रडणारी कधी बायकापोरं बघितली की, वाटत राहते या माऊलीचे काय चुकले होते? त्या लेकरांचा काय गुन्हा होता? व्यसनात बुडालेला बाप हा असा पाहता पाहता बरबाद झाला, हे पाहताना व्यसनाची चीड येते. बापाचा राग येतो- समाजाकडे पाहताना ही या प्रकारची दृश्ये खूपदा बघायला मिळतात. पुडी- बिडी- मद्यपान ही व्यसनं समाजात रुजलेली असली तरी त्यांचे समर्थन मान्य होणारी नाहीच.

खूप कष्ट करणारी, घामाचं पाणी पाणी करून गाठीशी पैसा जमवणारी चिवट माणसं जागोजागी होती आणि आजपण आहेत. पण यातली माणसं सूर्य उगवला की, राबराब राबतात आणि सूर्य बुडाला की अलगद एखाद्या व्यसनाला जवळ करतात, तेव्हा मात्र विचार करणारा माणूस जरासा हताश होऊन जातो.

व्यसनांची एक साखळी असते. एक केले की दुसरे- तिसरे- चौथे करून पाहावे वाटते. 'विषाची चव बघू नये म्हणतात.' पण नव्या नव्या चवी चाखून पाहाव्या वाटतात. आदतीमधून आललेली ही मजबुरी असते. पण याला पायबंद तर घालता येतो. पण माणसंच ही. एक कान ऐकायला ठेवायचा तर दुसरा कान ऐकलेलं सोडून द्यायला ठेवायचा! सगळंसगळं कळतं पण वळत मात्र काहीच नाही.

व्यसनात बुडाले की देहाची चाळणी होते. आयुष्याचे वाटोळे होते. कमावलेला पैसा संपतो. माणूस संपतो. कुटुंब उघड्यावर पडते. हे चक्र कधी थांबवलेले नाही. आणि 'माणूस आणि माणूस व्यसनमुक्त झाला' असे वाक्य अजून कानी पडलेले नाही. हे पुडीबिडीपुराण कधी न संपणारे आहे. जाता जाता इतकेच सांगूनच पाहतो -

बिडीचा धूर
जाई दूर दूर

वाढते हूरहूर
कळेचिना

चोळला तंबाखू
सोडू का नकू
राहिला ना धाकू
कुणाचाचि

पुडीवर पुडी
जाई मुखी पुडी
मागतेच कुडी
पुडीलाचि

साधेच व्यसन
सावकाश धूळधाण
केवढे औतान
व्यसनांचे.

❖❖❖

पाखरांसाठी पाणी पाजणारा माणूस

पाखरं मारून खाणारीही माणसांची एक दुनिया आणि पाखरं जगावीत, यासाठी काळजी वाहणारीही एक माणसांची दुनिया आहे. ही दुनिया रंगीबिरंगी आहे. तसे माणसालाही रंग आहेत. पेटलेले उन्हाळे पाहणं नवीन नाही. किंवा ल्हां ल्हां ल्हां करत जिभा बाहेर काढत अन्नपाणी चौफेर शोधत प्राण्यांच्या भेटीही सतत होतात. माणसाचं एक चांगलं असतं. तहान लागली की तो पाणी शोधतो. पाण्यापर्यंत पोचतो. भाषा येते म्हणून तोंडाने तहान लागली, असे तो सांगतो. मुक्या जीवांचे काय? भाषेमधून त्यांना पाणी मागता येत नाही. पाण्याच्या शोधात ते वणवण भटकतात. एवढेच नाही तर कोस कोस जंगल, रान, शिवार, ओढे, नद्या, तलाव, ओहोळ गाठत-शोधत प्राण्यांना आणि पक्ष्यांना 'पाण्याचा शोध' घेण्यासाठी जीवाचे रान करावे लागते. पाण्यावाचून आणि उन्हामुळे तडफडून प्राण गमावणारे पक्षी, प्राणी आपण पाहतोच ना!

मात्र चोचीला चारा आणि पोटाला पाणी सर्वांना मिळायला हवा. कारण हा नैसर्गिक हक्क आहे. याला धरूनच झाडांवर, मंदिरांवर, कणसं बांधणारी खूप माणसं भेटतात. याप्रमाणेच झाडाझाडांच्या विविध फांद्यांना पाणी भरलेली गाडगी, मडकी, भांडीकुंडी बांधणारी माणसं भेटतात. मुंग्यांना रस्त्यांवर साखर किंवा रवा वाढून देणारी माणसं आजही भेटतात. याला श्रद्धा म्हणा, भक्ती म्हणा किंवा प्राणिमात्रांची दया करणे म्हणा। पण याप्रकारे वागणारी माणसं भेटतात, तेव्हा मनाला फार बरे वाटत राहते. 'देव कुठे भेटतो याचे उत्तर देता येत नाही. अशा वेळी पुण्य वाटून घेणाऱ्या अशा माणसांत देव आहे, एवढे मात्र नक्कीच कळते.' या दयाबुद्धीचा विजय असो!

असेच एक दृश्य : नांदेडमध्ये, छत्रपती चौकाकडून मोर चौकाच्या दिशेने जाताना दुपदरी या रिंगरोडवर अंबिका मंगल कार्यालयाच्या जरासे बाजूला म्हणजे डावीकडे एका चौरस्त्यावर कडुलिंबाचे भलेमोठे एक झाड आहे. मी या झाडाजवळून सतत ये-जा करतो. माझी वाट तिथूनच जाते हमेशाची. परवा मात्र या लिंबाच्या झाडाकडे जरा अधिकच मान वर करून पाहिले, आणि झाडाकडे पाहतच राहिलो.

तेव्हा लक्षात आले की लिंबाच्या विविध फांद्यांना नीट दोरीने पाणी भरलेली भांडी, मडकी दिसून आली. सातत्याने असा हा 'पुण्यवान उद्योग' करणारा माणूस कोण असावा? माझे मन विचारात सतत गुंतत गेले. पण शोध नाहीच लागला. पण 'झाडांवर पाखरांसाठी उदकाची सोय करणारा हा माणूस मला थोर- मोठा- ग्रेट वाटला.' एखाद्या भाषणापेक्षा ही कृती मला जास्त पवित्र वाटते. या प्रकारची खूप माणसे भवताली आढळून येतात. माणुसकीचे धडे ज्याला आपण म्हणतो ते धडे अशा वागण्यामधून जास्त मनावर प्रभाव ठेवून जातात. खरं ना! अशा लोकांची बेरीज समाजात वाढो.

नुसता पोकळ शहाणपणा शिकवण्यापेक्षा लिंबाच्या झाडांवर फांदीफांदी शोधून पाखरांसाठी पाण्याची भांडी लटकावून ठेवणाऱ्या माणसांची संख्या अशी वाढत गेली, तर पाखरांचे गाणे जगातील माणसांच्या जीवनालाही हिरवेपणा अधिकच देतील! सकाळी जाग आली रे आली, की पाखरांचे आवाज कानांमध्ये येऊन बसतात. डोळ्यांना पाखरांचे रंग प्रसन्नता देऊन जातात. यापेक्षा सुखाचे वेगळे अर्थ इतर दुसरे कुठले असतात? बहरलेली एखादी फुलांची वेल, फुलांचे झाड, फुलांचा ताटवा पाहिला की आपल्या सुखामध्ये चौपट वाढ होऊन जाते. पाखरांसाठी पाण्याची अशी व्यवस्था लिंबाच्या झाडावरून करणाऱ्या त्या माणसांचे हात नक्कीच हिरवेगारच असतील. त्या माणसाचा मला अजून शोध लागलेला नाही. शोध जारी आहे. पाखरांसाठी पाणी पाजणारा तो भला माणूस मी शोधतोच आहे...

"पाखरांसाठी पाणी बांधणारा तहान मिटवणारा
तुझा हात पाखरांइतकाच सुंदर आहे...
तुला मुक्या जीवांची कळली आहे तहान-महान
पाखरांची भाषा कळणारा तू म्हणूनच थोर आहेस.
झाडांना पाखरांचे स्वभाव कळत असतात हे खरं
पाखरांनाही झाडांच्या सावल्या समजतात हेही सत्य.
सावली पाखरांचा थारा, पाखरांचा सहारा सदैव
गाणी वाहून नेणारा ओळखीचा असतो वारा सदैव.
बांधलेल्या मडक्यांमधून तहान हसत राहते सतत
आणि झाडांवर पाणी बांधणाऱ्या माणसांचे पुण्य मला दिसते
हे माणसा, अन्नपाण्याचे तुझे हात वाढू दे खूपखूप
पाणी पिऊन झाडोझाडी असा पक्षी उडू दे दूरदूर"

❖❖❖

मोजू नये वेदनेची लांबी

'सगळे सुखाचे सोबती असतात' हे एक प्रकारे अमर अशा प्रकारचे विधान आहे. तुम्ही हसता तेव्हा तुमच्यामध्ये सगळेच सामील असतात. मात्र तुम्ही जेव्हा रडता, तेव्हा एकटेच असता. दुःखाबद्दल अनुकंपा बाळगली जाते. कारण त्यात माणुसकीचा धर्म आहे. पण 'मोले घातले रडाया...' या संत वचनाप्रमाणे अशा वागण्यात प्रेम आणि अश्रू यांचे खरेपण मुळीच नसते. 'मतलब' हा कधीच मरत नाही. जग हे अशाच मतलबांभोवती फिरते. 'माझे माझे' करत माणसे जगात येतात, तशी जगातून निघून जातात. दूरच्या परिणामांचा विचार केला जात नाही.

म्हणतात ना, की वेदनेची लांबी, वेदनेची रुंदी मोजत बसू नये. वेदनेपासून तसा कोणीही मुक्त नाही. फरक एवढाच आहे, की कोणी जात्यामध्ये आहे, कोणी सुपामध्ये आहे. जाणीव जपण्याचाच हा सगळा प्रकार आहे. जाणीव ठेवली की फार वेदना होत नाहीत. फार त्रास पण होत नाही. या उलट निगरगट्ट राहिले किंवा बेशरम राहिले अथवा निलाजरे राहिले की अशांचा मालक मग कोणीच असू शकत नाही. अशावेळी पालथ्या घड्यावर पाणी ओतण्यासारखे असते. हे पण खरे की 'तोरणदारी किंवा मरणदारी जावे,' अशी समाजाची रीत मानली गेली आहे. कितीही झगडा भांडण असले किंवा कितीही कोणी कोणाला पाण्यात पाहिले तरी दुःखाच्या वेळी विरघळायला होते. अशावेळी सारे गिळता, विसरता यायला हवे. माणुसकीची महती तर यातच असते. वैर हे अखंड ठेवू नये, वैर अखंड असू नये. कारण त्यामध्ये 'सर्वहिताची गोष्ट मुळीच नसते.' विसरून जाऊन पुन्हा नव्याने कामाला लागणे यातच माणुसकी, मानवता आहे.

समाजचित्र असे, "मी बोलणार नाही. मी तोंड पाहणार नाही. मी त्याच्या दारावरून जाणार नाही. तो त्याचा मी माझा," अशी भाषा त्या त्या प्रसंगी ज्याच्या त्याच्या तोंडात येते आणि ते स्वाभाविक आहेही. मात्र, डुख धरून साध्य काय होईल? उलट नुकसानच जास्त! मनाचे नुकसान, तनाचे नुकसान. आनंदाचे

नुकसान आणि भावनांचेही नुकसान. एकोपा आणि सहवास हाच जास्त सुंदर ठरतो. किंवा यापेक्षा धीर धरून विचार करून अपराध पोटात घालून हाताची साखळी निर्माण व्हायला हवी. चटकन दिलेली एखादी शिवी तेवढ्याच चटकन काळजाजवळ एखाद्या बाणासारखी पोचते. आणि हात जोडून डोळे बंद करून केलेली एखादी प्रार्थना मात्र आपले मन विंचरून निर्मळ करून टाकते. हा सगळा प्रकार चांगुलपणाचा प्रकाश देणाराच असतो. हाच प्रकाश मार्ग आपण निवडायला हवा. म्हणून आपल्या आजूबाजूला आढळणाऱ्या शिवी देणे, कुणाला डिवचणे, हकनाक कुणाला छळणे, त्रास देणे किंवा सरळ वाटेवर काटे अंथरणे, डुख धरणे, उकरून भांडण तयार करणे, सतत रागात राहणे या सगळ्या कुसवयी आहेत. आणि त्या कधीही संपणाऱ्या नाहीत. मात्र या वाटेने जायचे टाळता तर नक्की येते. कारण अवघे जग सद्गुण-दुर्गुणांनी भरलेले आहे. यात अशावेळी नीतीचा मार्ग निवडणे जास्त उत्तम. शिवाय याला कारण आहेच. दुष्टांचा विजय कधीच झालेला नाही. म्हणून छळ करून, गंमत करून, त्रास देऊन, अपराध करून कुणीच कुणाला बेजार करू नये. माणुसकीचा यापेक्षा अधिक असा सोपा अर्थ इतर दुसरा कुठला नाही.

संतश्रेष्ठ तुकाराम महाराज यांचा फार नेमका एक अभंग सांगण्याची इच्छा इथे होते. एखाद्या कीटकाच्या मानेला, पायाला दोर बांधून मजा पाहायची मुलांना हौस असते. पण म्हणून कीटकाला तर वेदना होतेच. किंवा अस्वल, माकडाच्या गळ्याला दोरी, वेसण साखळी बांधून त्यांच्या खेळ करताना पाहणाऱ्यांना मौज वाटते. पण प्राण्याला तर वेदना होतेच ना! तेव्हा मुक्या प्राण्यांचे मन समजून कोण घेईल? असा हा दाखला साधा, नेहमीचा, बघण्यातला असला तरी त्यातली भावना आणि त्यातली जाणीव मात्र खोल तसेच महत्त्वाची. या वेदनेची लांबी कशी मोजता येईल? संत तुकाराम महाराज अशावेळी म्हणतात.

पाया लावुनियां दोरी। भृंग बांधिला लेंकुरी।।
तैसा पावसी बंधन। मग सोडवील कोण।।
गळा बांधोनिया दोरी। वानर हिंडवी घरोघरी।।
तुका म्हणे पाहें। रीस धांपा देत आहे।।

❖❖❖

पाण्या, पाण्या तुझा आवाज कसा ?

पानी रे पानी तेरा रंग कैसा? किंवा पाण्या तुझा रंग कसा, असे प्रश्न मानवी मनात सतत पडतात. सगळ्यावाचून जगता येते. मात्र पाण्यावाचून नाहीच जगता येत. म्हणून त्याला 'जीवन' म्हटले गेलं. तो बारा गावचं पाणी प्यायलाय, कुणी कुणाला पाण्यात पाहू नये, त्याचं पाणीच निराळं आहे, पाणीदार माणूस, एकेकाला पाणी पाजीन, लाथ मारील तिथं पाणी काढीन, पाणीदार डोळे, डोळ्यांत पाणी, विषारी जनावर चावलं तर पाणी मागू देत नाही, जिवाचं पाणी-पाणी झालं! अशी कितीतरी पाण्याची रूपं आढळतात. एवढी, की पाण्यावर हजार पानं लिहिली तरी पाणी हे संपणार नाही. पाणी हा अमर स्वरूपाचा विषय आहे.

अशा या पाण्याला आवाज असतो. त्याला एक रंग नाही. त्यात जे मिसळून द्याल तसा पाण्याला रंग मिळतो. तो पोटातलं पाणी हलू देत नाही' याचा अर्थ आतल्या गाठीचा तसेच गोपनीयता/वचन पाळणारा पक्का, चतूर, सावध माणसाचं वर्णन असं केलं जाते. खास म्हणजे पाण्यानं भाषा घडवली. सृष्टी जगवली. बाजार फुलवला. पाखरांना गाणं दिलं. जगाला अन्न दिलं. पाणी दिलं. पाण्याबिगर काहीही नाही. झाडांना फळं, वेलींना फुलं, या बागांना बहर, सुगीला बरकत, जंगलाला वैभव, जनावरांना चारा हे सगळं आहे. कारण जगात पाणी आहे म्हणून! पाणी नाही तर फक्त तडफडून मरणाशिवाय इतर मग दुसरं काही नाही. 'जीवन' हा केवढा छान अर्थसंपन्न शब्द पाण्यासाठी योजला, त्यामुळंच!

थोडक्यात, पाण्याचं वजन हे असं मानवीच नव्हे तर एकूण पीक - वनस्पती - प्राणी - माणूस यांच्या समग्र हालचालींशी पाण्याचं अनिवार्य अशा प्रकारचं त्याचं वजन आणि स्थान जोडलेलं आहे. पाणी बाजूला केले तर जगाचा श्वासच चालू शकत नाही. कारण अनन्यसाधारण अशा स्वरूपाची 'पाणी' ही मोलाची चीज आहे. पंचमहाभूतांमध्ये पाणी हे सतत अढळ मानलं आहे. या पाण्यावर महाग्रंथ निर्माण झालेले आहेत आणि हे पण खरं, की हवा तसा रंग पाण्याला मिळतो.

समुद्रात त्याचा अवाढव्य आकार समजतो. महापुरात त्याची गती आणि शक्ती कळते. जीव जेव्हा बुडून खलास होतात, तेव्हा त्याचा अंत लागत नाही. तहान लागल्यावर त्याचं मूल्य समजतं. माळ डोंगर चढून जाताना, पाण्याचा शोध दूरवर घेताना त्याचं महत्त्व कळतं. तडफडून प्राण सोडताना आठवतं ते फक्त पाणी. जग सोडताना अखेरचे चार थेंब ओठांच्या या काठांवर सोडताना कामाला येतं तेही 'पाणीच!'

जगात आल्यापासून जग सोडेपर्यंत पाणी सोबतच असतं. पाणी कोणाच्याच आयुष्यातून वगळून टाकता येत नाही. अपरिहार्य, अनिवार्य, अढळ, अत्यावश्यक अशा वर्णनांमध्ये पाण्याचा समावेश आहे. अशा या पाण्याला भिन्न-भिन्न आवाज लाभले आहेत. पाण्याच्या आवाजाचे हे असं निरूपण.

घरांच्या पत्र्यावर नाचणाऱ्या पाण्याला लयबद्ध संगीतस्वरांचा आवाज असतो. पानांमधून थेंबाथेंबी टपकणारे पाणी टपटपची एक भाषा बोलते. नळ-पाइप-तोट्या यांमधून एक फोर्स घेणारं पाणी विविध शिट्ट्यांना वाजवत 'मी आलो' हेच सांगतं. वाळूमध्ये झिरा करताना आपल्या हातांपाठोपाठ वाळूतून चाळून येणारं पाणी मांजराच्या दबक्या पावलाप्रमाणे केव्हा येतं कळतच नाही. धबधबे 'धबधब' आवाज करत प्रपाताची जाणीव करत राहतात आणि शांततेचा गुणाकार करतात. पाणी जिथं पडतं, पाणी जिथून वाहतं त्या-त्या स्थळांचा सहवास स्वीकारून विविध आवाज ते धारण करतं.

शेतांमधील दांडांतील पाणी, मोटेमधून पुढे त्या थारोळ्यात येणारे पाणी, ओढ्यांमधून वाहणारे पाणी, नाली-गल्लीमधून वाहणारे उग्रगंधी पाणी, पन्हाळ्यांमधून ठिबकणारे पाणी किंवा खापराच्या भांड्यांमधून न सांगता सहज झिरप-झिरप झिरपणारे पाणी; या सर्व प्रकारच्या पाण्याला ज्याचा त्याचा नाद आहे. आवाज आहे. ढगफुटी होताना, वादळांसह येताना, मुसळधार बरसताना, विजांच्या कडकडाटांसह कोसळताना पाणी त्याची विशेष ताकद सिद्ध करतेच! 'आवाजाचा रंग' सांगताना थोर लेखक मारुती चितमपल्ली यांनी पाण्याच्या आवाजाचं फार सुंदर वर्णन केलं. ते म्हणतात, ''जलप्रपाताचा नाद, ओढ्याचा खळखळाट, नदीचं गुंजन व कालव्याचं संथपण - अशा चार प्रकारांनी पाणी वाजतं.'' शांती, समाधान, सुख आणि भावविचारांना विशालता बहाल करण्यासाठी पाण्याचे आवाज उपयोगी पडलेले आहेत. अरण्य आणि ऋषी हे त्यांचे दाखले आहेत!

❖❖❖

बीजांचा गुण तोचि महत्त्वाचा!

वडील सांगायचे, कडूलिंबाच्या खाली लिंबोळ्याच पडणार आणि आंब्याच्या झाडाखाली आंबेच पडणार! हे चित्र उलटे करता येत नाही. लिंबाच्या झाडाखाली आंबे आढळून येणार नाहीत. 'जसे बीज तसे फळ.' शिवाय संस्कारांची गोष्ट अशीच. जसे शिकवले असेल तसेच वाढेल. चांगले ते चांगले, वांगले ते वांगले. जसे बीज तुम्हाला तुमची ओळख दाखवते, तसेच आजूबाजूचे वातावरणही तुम्हाला घडवायला किंवा त्याउलट बिघडवायला कारणीभूत ठरते. एखादी अशी बदमाश संगत तुम्हाला जडली तर दहा शिव्या घरात सहज चालत येतात. त्यापेक्षा चांगली चार पुस्तके वाचली तर तुमचे शहाणपण अधिक ठळक होऊन जाते. कल्याणाच्या चार गोष्टी जास्त लवकर कळतात. वळण' हे असे लागते माणसाला! म्हणूनच शिक्षण, संस्कार, मूल्ये, विचार यांना एकूण समाजात सातत्याने किंमतच लाभत गेली आहे. मूळात बिघडायला फार वेळ लागत नाही. घडायला आणि घडवायला मात्र वेळ जास्त लागतो. एखादा मौलिक सिद्धांत लक्षात ठेवायला, चार अभंग अर्थांसह व्यवस्थित समजून घ्यायला वेळ द्यावाच लागतो. यालाच अभ्यास म्हटले गेले आहे. साधना तर अजूनही त्यापुढे. अभ्यासाच्या पुढची पायरी म्हणून आपण साधनेकडे पाहतो. शिवाय खरी साधना विनम्रच बनवते. ती अहंकारी बनवत नाही अन्यथा मग अर्ध्या हळकुंडाने पिवळे झालेले काहीही कामाचे राहत नाहीत. झरा मूळचाच खरा असतो, हे विसरता येत नाही. त्यासाठी सर्वठायी बीज हे महत्त्वाचे.

हे पण खरे, की भूमी आणि पाणी, हवा आणि प्रकाश अर्थातच महत्त्वाचा; पण यांच्याआधारे पेरलेले 'बी' तेवढेच महत्त्वाचे. लसूण लावला तर तेच उग्रगंधी उगवेल. कारले लावले तर तोच कडूपणा घेऊन येईल. ऊस लावला तर साखरगोडी घेऊनच तुमच्या हाती लागेल. त्यात ही माती स्वतःच्या मनाने काही मिसळत नाही. हा न्याय सर्वांना लागू होणारा आणि सर्वांठायी समान अशा स्वरूपाचा न्याय! त्याला मानवी स्वभावही अपवाद असत नाही. 'बी' म्हणजे जीवनाला व्यापून

उरणारे महत्त्वपूर्ण असे मूलभूत तत्त्व आहे. आता हेच पहा. सद्‌गुण हा जसा शिक्षणामधून प्राप्त होऊ शकतो, तसा तो जीवनशिक्षणातूनही मिळतोच. 'बाप तसा लेक, आणि मसाला एक' असे म्हटले जाते. इथे बीजाचाच गुण महत्त्वाचा. जिथे शिव्यांपासून दिवसाची सुरुवात होते, जिथे हाणामारीलाच प्राधान्य, जिथे भांडण-झगडा सतत हमेशा कानावर पडतो तिथे शांती, समाधान कसे तग धरून राहील? मनभेदाला सहज औषध उपलब्ध होत नाही.

खरे तर भांडण तेवढ्यापुरते, क्षणापुरते मिटवता येते. मात्र धुसफुसणारे, स्वार्थ, मतलबांनी बरबटलेले व्यवहार आणि खाव-खाव स्पष्ट करणारी हाव... यावर औषध शोधणेच फार अवघड असते. हा एकूण जगाचा दाखला आपण कुठे ना कुठे सतत पाहतोच ना. त्यासाठी मन साफ हवे आणि विचार पक्के आणि परलोक उपयोगाचे हवेत. स्वार्थाला मुरड घातली, की चांगुलपणाचा प्रकाश पडायला फार वेळ लागतच नाही. यासाठी 'बीजगुणधर्म' हाच मुळात चांगला हवा. वर-वर चमकणारे बेगड फसवे असून ते फार काळ टिकत नाही. कारण खोट्याचे पितळ कधी ना कधी उघडे पडतेच! नक्कल आणि नकली सत्याची बरोबरी करूच शकत नाही. सोने ते सोने; आणि पितळ ते पितळ. 'ओरिजनल' कितीही झाकू म्हटले तरी ते झाकत नाही. शुद्ध बीजापोटी... अखेर अंतिम हेच खरे! म्हणून संत बहिणाबाई यांचा विविध दृष्टांतांमधून उकलत जाणारा एक फार आशयसंपन्न अभंग इथे जाणीवतः द्यावयाची इच्छा मला होते. तो अभंग असा आहे.

निंबा कडूपणा देत असे कोण।
युक्षा गोडपण कवण करी।। १ ।।
बीज तैसे फळ गोडीचा निवाडा।
हा अर्थ उघडा दिसतसे।। २ ।।
इंद्रवनामुळी कोण घाली विष।
अमृत आम्रास देत कवण।। ३ ।।
बचनागाआंगी विष कोण लावी।
सुगंधता द्यावी नलगे पुष्पा।। ४ ।।
तीक्ष्ण माहेरी करीतसे कोण।
खारीक निर्माण मधुर का हो।। ५ ।।
बहेणि म्हणे बीजा ऐसे येत फळ ।
उत्तम वोंगळ परीक्षावे।। ६ ।।

फळ-फूल-पीक-बीज-अमृत-विष हे सगळं बरं किंवा वाईट ज्याच्या त्याच्या बीजधारणेवरच अवलंबून. म्हणजे झरा मूळचाच खरा असतो. सुगंध समाधानाशी जवळचा आणि विष मरणाच्या अधिक जवळचे. हे प्रत्येकाला ओळखता यायला हवे. पारख नसेल तर धोका झालाच म्हणून समजा. निसर्गसृष्टीतले गंध-चवीचे हे संतकवयित्रीने दिलेले सर्व दृष्टान्त जीवनाच्या तत्त्वज्ञानाचाही भाग आहेत. अखेर सुंदर सत्य जाणता यायला हवे. ज्यामुळे धोका आणि फजिती टळते.

❖❖❖

हे जीवन सुंदर आहे

आधी स्वतःकडे पाहून मग जगाकडे पाहिले की त्रास कमी होतो. आपापल्या मर्यादांचा शोध आधी घेता यायला हवा. कारण सामर्थ्याबद्दल फार डांगोरा पिटावा लागत नाही. तुमची शक्तिस्थळे लपून राहत नाहीत. स्वतःला नीट ओळखले म्हणजे खूप गोष्टी आपोआप स्पष्ट होतच जातात. हे जग सुंदर आहे यात काहीही शंका नाही. फक्त अशा प्रकारची भावना सगळ्यांमध्ये उत्पन्न होऊन टिकून राहिली पाहिजे, मुद्दा इतकाच आहे.

प्रत्येकाच्या सोयीप्रमाणे खरे खोटे बोलायचे सुरू झाले की मग प्रश्नांचे गुंते अधिक वाढत जातात. त्यापेक्षा 'दुधाचे दूध आणि पाण्याचे पाणी' म्हटले की मार्ग मोकळे होतात आणि दिशा खुल्या!

मनी विश्वास असेल आणि निर्धार पक्का असेल तर कशाचीही तुम्हाला भीती असण्याचे कारणच नाही. चार खाऊन कानकोंडे झाले म्हणजे पेच वाढतात, हा तर काळाचा ढळढळीत नियम आहे. म्हणून विश्वास पक्का म्हणजे ठाम हवा माणसाच्या ठायी! पाठीचा कणाही ताठ हवा, ज्याच्यामध्ये स्वाभिमान सामावलेला असतो. कुणाबद्दल हकनाक आकस, खतेस नसावा. ज्यामुळे आपलीही वेदना कमी होते. सत्याच्या बाजूने सदैव उभे राहण्याइतके बळ ज्याने त्याने सलामत ठेवले पाहिजे, ज्यामुळे लबाडीला आणि लबाडांना थारा मिळणार नाही. इतरांची चहाडी करणं किंवा आपली नजर वाकडी वकटी ठेवणं, हा सगळा प्रकार शिष्टाचाराच्या विरोधी आणि नियत खराब असण्याविषयी असतो. उत्तम वागणं ही मूल्यवान गोष्ट असून त्यातूनच तुमचं सदाचरण आणि तुमचं कसोटीला उतरून समाजासाठी अनुकरणांचा भाग बनलेलं वर्तन कारणीभूत ठरतं. संस्कार म्हणजे तरी काय असतं? यापेक्षा वेगळं काही नसतं. समर्थ रामदास यांनी श्रीदासबोधामध्ये उत्तम लक्षणांचे जे वर्णन केले आहे ते केवळ अपूर्व व सुंदर आहे.

त्यातील काही लक्षणांचा मी इथे आवर्जून उल्लेख करीन.

वाट पुसिल्याविण जाऊ नये।
फळ वोळखिल्याविण खाऊ नये।
पडिली वस्तु घेऊ नये।
एकाएकी।।

कोणाचा उपकार घेऊ नये।
घेतला तरी राखो नये।
परपीडा करू नये।
पापबुद्धी।।

सत्यमार्ग सांडू नये।
असत्यपंथे जाऊ नये।
कदा अभिमान घेऊ नये।
असत्याचा।।

चाहाडी चोरी धरू नये।
परद्वार करू नये।
मागे उणे बोलो नये।
कोणायेकीचे।।

ही सगळी लक्षणं चंद्रसूर्य असेपर्यंत काळाला आणि समाजाला नीतीचा पाठ शिकविणारीच आहेत. माहिती घेऊन, मार्गदर्शन घेऊनच जीवनाचा पथ चालणं हितकारकच ठरतं. अन्यथा फजिती ठरलेली. जीवन शिक्षणाचं बोधामृत हे असं दासबोधात सामावलेलं वाचायला मिळतं. किंवा कुणाचे चार पैसे घेऊन दानशूरालाच खोटे ठरवत त्याच्यावर बालंट लावत रेटून लबाडीचे वागणे सामाजिक वजन खराब करावयास कारणीभूत ठरू शकणारे असते. किंवा सत्याची कास धरत जीवनक्रमण करणं यामध्ये कल्याणच असते. खोटारडेपणा किंवा चहाडीनं वेळ मारून नेता येते पण भरवसा मात्र मरतो. महात्मा जोतीराव फुले यांनीही त्यांच्या अखंडमध्ये सत्य सर्वांचे आदिघर असे म्हणून ठेवलेले आहे.

सारांश, जीवन सुंदर तर निश्चितच आहे. या जीवनाकडे सर्वांनी सम दृष्टीने बघायला हवे. आता हेच पाहा : जवळजवळ वर्षभर आपली पाठ न सोडणाऱ्या कोरोनानं जीवनाचं महत्त्व सर्वांना कळवून दिलं. इथे दुःखाची प्रत सर्वत्र म्हणजे जगभर समान राहिली. श्रीमंत आणि गरीब ही रेषा या महामारीनं एक करून टाकली.

'उतू नका मातू नका, घेतला वसा टाकू नका...' असा जणू नवा पाढा आयुष्याच्या पाटीवर कोरोनानं लिहीला. सुंदर नव्या जीवनाकडे पाहायला शिकवले, इतिहास बदलला. भूतकाळ स्वप्नासारखा करून टाकला. वर्तमान टांगत्या तलवारीप्रमाणे बनले तर भविष्यावर संशयाचा लांडगा डोळे वटारून हिंस्त्र दात काढून विचकटत आहे. जगाकडे पाहून असे एक चित्र सर्वांपुढे भीतीदायक उभे आहे!

आपल्या मनांची स्वच्छता वाढली आणि विस्तारली की हे जीवन सुंदर आहे, म्हणायला फार उशीर मुळीच लागत नाही.

❖❖❖

पाणी जतन करण्याचा विचार करूया

खूप पावसाळा झाला की बिनधास्त आणि दुष्काळ पडला की चिंताक्रांत, असे वागण्यापेक्षा पाण्याबद्दल माणसाला कायम जागरूक राहावे लागेल अन्यथा उद्याचा दिवस क्षमा करणार नाही. पाण्याशिवाय सगळे जीवन अधुरे. त्याच्याशिवाय अन्नपाणी मिळणे मुश्किल. जगणेही अशक्य. अशा या पाण्याबद्दल प्रबोधन आणि कायम राखलेली सावधानता ही फार महत्त्वाची गोष्ट ठरते. आपण हे जाणतो, की ज्ञान आणि प्रत्यक्ष कृती यांची सांगड घालत पाण्याची एक जबाबदार चळवळ डॉ. राजेंद्रसिंह यांनी जीवनभर चालवली. शिवाय तिकडे आफ्रिकेमध्ये पर्यावरण संवर्धन कार्यासाठी नोबेल पारितोषिक मिळालेल्या त्या वंगारी मथाई यांनी कोटीकोटी वृक्ष लावले, ते जगवले आणि जगासमोर 'हरित पट्टा चळवळी'चा जागतिक आदर्श उभा केला. तसेच भारत सरकारचा पद्मश्री सन्मान मिळालेले 'जादव पायेंग' यांनी ब्रह्मपुत्रा नदीच्या एका विस्तीर्ण प्रदेशात तेथील चक्क वाळवंटावर एक घनदाट जंगलच उभे केले. एकट्या माणसाने स्वतःचे सगळे आयुष्य खर्च करत हे एक महान काम केले. जो माणूस कधी थांबला नाही. ध्यास आणि जनहिताचे हे उदाहरण!

आभाळातून पाणी सहज पडत नाही. तुमच्या भांड्यात किंवा तुम्ही विकत घेतलेल्या बाटलीत पाणी असं सहज आलेलं नाही. निसर्गाच्या कृपेसोबतच जंगल सलामत ठेवण्यासाठी कुणीतरी एका काळात जिवाचे रान केलेलेच असते. पाणी वापराचे ज्ञान आणि पाणी टिकविण्याचे ज्ञान यांची सांगड, निसर्गाला समजून घेत-घेत आणि तंत्रज्ञान-कष्ट-कौशल्य आत्मसात करत जपलेलेच असते. कारण पाण्याची कहाणी इतकी सोपी मुळीच नाही. अन् पाण्याबद्दल सतत जबाबदार असणं, हा एकप्रकारे सामाजिक जीवनाबद्दलचा दूरवर विचार करणंच आहे.

पाण्यावाचून होणारे हाल याची किती उदाहरणे आहेत. अख्खी बाग पाण्यावाचून सुकून जाते. गाय-वासरू तहानेवाचून तडफडून मरते. माळजंगल पार करत माणसे पाण्याच्या शोधात भटकतात. उन्हाळा आला रे आला, की टँकरच्या रांगा लागतात.

सदानंद देशमुखांसारख्या लेखकाला पाण्याच्या ज्वलंत अशा प्रश्नावर आणि खेड्यांतील भीषण वास्तव स्थितीवर 'तहान'सारखी कादंबरी लिहावी वाटते. मथाई, राजेंद्रसिंह, पायेंग, सुंदरलाल बहुगुणा, अण्णा हजारे यांसारख्या थोर समाजसेवकांना 'जल-जमीन-जंगल' याबद्दल समाजहितकारक उद्देशाने आयुष्यभर कल्याणाचे कार्य करावे वाटते. ही सगळी उदाहरणे 'पाणी आणि माणूस' सुरक्षित राहण्यासाठीची आहेत. इथे स्वतःचा विचार नाही. इथे जगाच्या कल्याणाचाच विचार आहे. मात्र सगळे लोक पाणी जतन करण्याचा हा असा विचार करत नाहीत. म्हणून पाण्याच्या समस्येचे कारण नेमके इथे आहे.

पाणी जन्माला घालता येत नाही. आहे ते पाणी सांभाळून ठेवण्यासाठी ज्ञान, शोध, शास्त्र, तंत्र, कौशल्य मात्र आहे. या ज्ञान आणि हिताबद्दल सगळ्यांना जागरूक राहायला हवे. पाण्याचे सगळे महत्त्व यामध्ये सामावलेले आहे. केवळ डोळ्यांत पाणी आणून फार फरक पडत नाही. उलट पाणी डोळ्यांत येण्याची वेळ कशामुळे आली याबद्दल चिंतन हवे. डोळ्यांत पाणीच येणार नाही, अशी कृती मात्र समाजामध्ये रुजून राहायला हवी. तहान लागल्यावर नदी जवळ करण्यात किंवा विहीर खोदण्यामध्ये काय तो अर्थ! तोपर्यंत तर वेळ निघून गेलेली असते. थोर नेते आणि ज्येष्ठ साहित्यिक यशवंतराव चव्हाण यांनी त्यांच्या 'सह्याद्रीचे वारे' या भाषण संग्रहांमध्ये पाणी आणि शेती यांच्या संदर्भात एक मार्मिक गोष्ट सांगितली आहे. ती गोष्ट अशी :

"आजही साडेतीन कोटी एकर जमीन महाराष्ट्रात अशी आहे, की जी गळक्या भांड्यासारखी आहे. मथुरेची गवळण पाणी भरून डोक्यावर हंडा घेऊन निघाली आणि घरी येऊन पाहते तो आपल्या डोक्यावरच्या हंड्यामध्ये पाणी नाही. तसेच आपल्या शेतीचे झाले आहे. दरवर्षी मृग नक्षत्रापासून हस्त नक्षत्रापर्यंत भरलेल्या नक्षत्रांच्या बाजारामध्ये आपल्या डोक्यावर हंडे घेऊन जाते बिचारी आमची शेती; पण त्यात शेवटी काही शिल्लक राहत नाही. आमच्या महाराष्ट्राच्या शेतीचा हा मथुरेचा बाजार झालेला आहे. आणि आज एक वर्ष नाही, दोन वर्ष नाही, तर गेली कित्येक शतके हे असेच चालले आहे."

हा प्रश्न आजही संपलेला नाही. जिथून भाकर येते, त्या शेतीबद्दल पाण्याचे हवे तसे नियोजन अजून कुठे झाले आहे? वीज-पाणी यांच्या एकूण तरतुदींचा शहरांसारखा समान तराजू खेड्यांना अजून कुठे मिळाला आहे? गावे आणि शेती यांच्यामागे लागलेली ही अस्मानी सुलतानी संकटे शतकानुशतके जशीच्या तशीच आहेत, हे नाकारून चालत नाही. समानता आणि जागरूकता एका तराजूमध्ये मोजली गेली तर प्रश्न कमी होतील आणि तक्रारीही नक्कीच कमी होतील.

❖❖❖

क्रियेवीण वाचाळता व्यर्थ आहे

'बोलघेवडा' या एका शब्दाला अनेक संदर्भ आहेत. बोलायलाच पक्का, कामाला मात्र जड. कृतिशून्य, ज्याला काहीही अर्थ नाही. समाजात अशा माणसांचा दुष्काळ नाही. तोंडाची वटवट चालू ठेवणारी माणसं समोरच्यावर भूल पडतात. मात्र, हाती काहीच लागत नाही. याप्रकारची वाचाळता व्यर्थ मानली जाते. 'आधी केले मग सांगितले' यात खरा अर्थ आणि खरे तथ्य, बाकी सगळे मिथ्य! मिथ्य आणि सत्य पारखता यायला हवे.

अन्यथा, कोरडे भाषणबाज खूप असतात. केवळ पोकळ बोलून जग जिंकू पाहतात. कलागुण म्हणून हे ठीक आहे. पण बोलणारा कोरडा पाषाण असेल, तर तो काय कामाचा? याउलट शब्दाला कार्याचा गंध जर असेल तर त्याचा परिणाम समाज आणि काळावर नक्कीच होतो. नुसत्या शब्दांच्या बुडबुड्याने कार्याची साध्यता केवळ अशक्य आहे. कृती केली, घाव झेलले, आघात सोसले म्हणून तर संत, सुधारक हे चंद्रसूर्याप्रमाणे काळासोबत जोडलेले आहेत. कारण त्यांनी आदर्श कृती समाजाला दाखवली, विचार दिला, दिशा आणि दृष्टी दिली. म्हणूनच, शतकानुशतके त्यांचे आदर्श समाजाचे दीपस्तंभ ठरले.

त्यामुळेच, हे सगळे धरूनच समाज वाटचाल करतो. रंगीबेरंगी चिंध्या घेऊन अतिशय उबदार, सुंदर गोधडी तयार करणारी बाई तिच्या कामांमधून बोलत असते. ती नुसतीच बोलत नाही. किंवा नांगर हाकून घाम ओतून शेतांमध्ये चोवीस तास राबणारा कष्टकरी माणूस धान्य पेरून त्या धान्याच्या राशी जेव्हा घरी घेऊन येतो, तेव्हा त्यामागे त्यांच्या कष्टांचा मोठा संदर्भ हा असतो. फक्त बोलून शेती होत नाही. श्रम व घाम ओतूनच शिवार फुलत असते. रंगभूमीसारख्या क्षेत्रात कला, कौशल्य, अभिनयगुण, तंत्र, ज्ञान, भूमिका, स्पर्धा आणि नावीन्य हे सगळे असावे लागते. त्यासाठी अपार मेहनत असतेच! नुसता मुखाला रंग लावला म्हणजे नट होता येत नाही. तालिम आणि रियाज हा सतत ताजा ठेवावा लागतो. नुसते बोलून भागत नाही.

'बोलणाऱ्याचे हुलगे विकतात आणि न बोलणाऱ्याचे गहू सुद्धा विकत नाहीत,' असेही म्हटले जाते. मात्र हा दाखला व्यवहारचातुर्य स्पष्ट करणारा म्हणून ठीक! बाकी, तसा त्याला काही अर्थ नाही. बाजारात गप्प बसून माल विकला जात नाही. आवाज आणि आकर्षित करणारे आवाहन करत ग्राहक ओढावे लागतात. कारण हे एक व्यवहारतंत्र आहे, जे बाजारपूरक असते. एरव्ही इतरत्र नुसत्या सल्ल्यांनी काम भागत नाही. तिथे तुम्हाला साक्षात कार्यच करावे लागते. त्यासाठी समर्पणशीलता, त्याग, कष्ट, सचोटी, इमान, विश्वास आणि सर्वांचे ऐकून घ्यायची तयारीही असावी लागते. इथे गप्पा करून चालत नाही. पोपटराव पवारांनी हिवरेबाजार हे गाव जगाच्या नकाशावर नेऊन ठेवले. याप्रकारची भारतात आणखी काही उदाहरणे सांगता येणे शक्य आहे. जिथे विश्वास, समाजभान, त्याग, इमान ह्याच सगळ्या गोष्टी महत्त्वाच्या ठरतात. इथे कृतिशीलताही खूप महत्त्वाची आहे. मराठीमध्ये 'दगडावरची पेरणी' या नावाचे एक पुस्तक आहे. पद्मश्री सय्यदभाई यांनी ते लिहिले असून परिवर्तनाच्या चळवळीत सर्वस्व अर्पण करत समाजात प्रत्यक्ष काम करणारे सय्यदभाई हाडाचे कार्यकर्ते आहेत. ते पुण्यात असतात. मागच्या वर्षी भारत सरकारने 'पद्मश्री'ने त्यांना सन्मानित केलेले आहे. कृतीसंपन्नतेचा हा एक महत्त्वाचा आदर्श! सामाजिक उन्नतीसाठी झीज पत्करणारी ही माणसं आहेत.

वास्तविक पाहता सत्य असे आहे की, 'विचार-संस्कृती-विवेक-समाजभान-समर्पण' हे असल्याशिवाय लोक तुमच्यासोबत येत नाहीत. फक्त भाषण करून सर्वस्वी सर्व भले होत नाही. तुमच्या विचारालाही वर्तनाची जोड असावीच लागते. तरच लोक तुमचे, तुमच्या विचारांचे अनुकरण करतात. यदुनाथ थत्ते, पन्नालाल सुराणा, ग. प्र. प्रधान, बाबा आढाव, सय्यदभाई, पोपटराव पवार, किंवा अशा प्रकारची एक मोठी समृद्ध परंपरा आमच्या या पिढीने पाहिली आणि आम्ही पाहत आहोत. ज्यांनी स्वतःच्या त्यागांचा आदर्श उभा केला, ज्यांनी एक कसोटीला उतरत विचारधारा जपली, भूमिका जपली, मोह दूर ठेवले. सत्याची कास धरली आणि समाजासाठी सत्वरकल्याणाचा विचार केला. अशी खूपच माणसे आहेत. ज्यांनी 'सत्य, कृती, नीती, इमान' कायम राखले. म्हणूनच ही सगळी उदाहरणे यथार्थ आणि अनुकरणीय होत. मुळात समाज, संस्कृती, माणूस यांच्या हितासाठी आणि 'सर्वकल्याणम् समतत्त्व' जपण्यासाठी दीपस्तंभ झालेली अशीच माणसं भविष्याची दिशा देत राहतात.

❖❖❖

झाडे जगवा म्हणजे आपण जगू

'झाड तोडू नका' हे फक्त निवेदन नव्हे, त्यामध्ये पर्यावरणाच्या समतोलाबद्दलचा जिव्हाळाही सामावलेला आहे. झाडे कापून जागोजागी भुंडे बुंधे पाहिले की, मन कसे दुखायला लागते. वाटेत अडसर झाला की तोड झाड, किंवा येता-जाता दगडगोटे लोक मारतात आणि बोरींच्या झाडांना भिडतात, म्हणून तोड झाड. बांधावर अडचण वाटली की तोड झाड, कुंपण घालण्यासाठी फांद्यांसह झाड तोडून टाक. या सगळ्या क्रिया वृक्ष जीवविरोधी आणि पर्यावरणाला बाधा पोचवितात, हे अनेकांच्या लक्षात येत नाही. एक झाड सांभाळण्यासाठी केवढे कष्ट पडतात हे लावणाऱ्याला विचारा. हा विचार न करता मग लोक त्रास देतात म्हणून बोरीची झाडे बांधावरून, धुऱ्यावरून, रानामधून कायमचीच हटवली जातात. ज्या झाडांवर फळं, कीटक इतर अळ्या खाण्यासाठी पाखरं दिवसभर गर्दी करतात, असे बोरीचे झाड किंवा झाडं तोडली की पाखरांच्या तोंडचा घासच आपण काढून घेतो. शिवाय विविध रंगी पाखरांचा अधिवास आपण संपवून टाकतो, हे आपल्या लक्षात येत नाही.

मुळात सगळ्याच झाडांवर पक्षी फार प्रेम करतात. खेळण्यासाठी, खाण्यासाठी, लपण्यासाठी, घरट्यांसाठी पाखरांना फुलाफळांची झाडं फार आवडतात. अशी झाडं माणसानं तोडली की, पक्षी मग बेसहारा होतात, ते स्थलांतर करतात, तुमच्या या प्रदेशामधून दूर निघून जातात. हा मुक्या जीवांच्या जीवनाचा विचार करायला हवा. झाडं व पक्षी हे एकमेकांवर एकाच न्यायानं प्रीती करीत असतात. माणसे मात्र चारही बाजूंनी कुंपण-कुपाटी घालण्यासाठी काटेरी वर्गात मोडणाऱ्या बोरी, बाभळी यासारख्या झाडांची कत्तल सहजपणे करतात. पूर्वी शेतीची अवजारे बनविण्यासाठी मोठमोठ्या झाडांचा प्राण घोटला जाई. आजही कमी अधिक प्रमाणात, अशी जाडं जायबंद केली जातात. त्याऐवजी लोखंडी किंवा तारांचा किंवा सिमेंटचा वापर करून तशी कुंपणे किंवा अडथळे शेताच्या सर्व बाजूंनी उभी करता येतात. यासाठी

चार पैसे जास्त मोजावे लागतात आणि ते गरीब शेतकऱ्यांना परवडणारे नसते हे खरे! पण म्हणून झाडं तोडून टाकणे हेही योग्य नाहीच. झाडं जगवा म्हणजे आपण जगू!

खरं म्हणजे लाकूडफाटा मिळतो म्हणून तेव्हढा भाग काढून घेतला तरी काम भागते. सगळ्या झाडावरच कुऱ्हाड चालविण्याचे काहीच कारण नाही. आपणांसह सगळ्या जीवसृष्टीला सावली देणारे झाड असे बुडासह कापून टाकायला नको. अनेकांचा सहारा आणि अनेकांचे अन्न आणि अनेकांची सावली झालेले झाड सांभाळण्यासाठी पिढ्यान्‌पिढ्यांचे कष्ट सत्कारणी लागलेले असतात. झाड तोडताना हा विचार मनांमधून जायला नको. झाड तुम्हाला मागत काहीच नाही. ते आयुष्यभर सतत तुम्हाला काहीतरी देतच राहते. पूर्वी घनदाट वृक्षांनी झाकलेली शेती दिसायची. शेतात जाईपर्यंत शेतातला माणूस सुद्धा दिसत नसायचा. आता हे चित्र सर्वत्र दिसत नाही. दूरदूर उघडी बोडकी सावली नसलेले शिवार अनेकजागी बघायला मिळते. माणसांच्या हाती कुऱ्हाड आली आणि बांधावरची झाडं भयभीत झाली. गावोगावी कुऱ्हाड बंदी यासाठी असायला हवी. एखादं वेळी जिथे खरोखरच नाईलाज किंवा गरज पडते, तिथे एखाद दुसरे झाड बाजूला करायला हरकत नाही. परंतु, 'घाल कुऱ्हाड आणि तोड झाड' ही वृक्षहिंसेची पद्धत चूकच आहे. झाडं जगविण्यासाठी पर्यावरणाची मोहिम जगभर सतत चालविली जाते, हे आपण जाणतो. शिवाय जगभर अनेक प्रदेशांमध्ये, प्रांगणांमध्ये, आवारांमध्ये, मैदानांत, खासगी-शासकीय इमारतींच्या परिघांमध्ये सतत वृक्षारोपणांचे उपक्रम राबविताना आपण पाहतो. हा सगळा प्रकार पर्यावरणाकरीता आणि एकूणच झाडं, पाणी, हवा, छाया आणि प्रदुषणमुक्तीसाठी चालविलेला विधायक, समाजहितदक्ष असा उपक्रम आहे. जमीन, जंगल, पाणी, हवा शुद्ध राखण्यासाठी झाडांशिवाय पर्याय नाही, एवढा बोध जरी आपण कायम मनांमध्ये जपला तरी काम भागते. कारण अरण्य केवळ सांगून उभे राहत नाही. त्यासाठी झाड न तोडण्याची प्रतिज्ञा करावी लागते. शुद्ध हवा आणि भरपूर पाऊस तसेच जंगलातील जीवसृष्टी सलामत ठेवण्यासाठी झाड न तोडण्याचे व्रत हे जपावे लागते. माणसांचे जंगल सुखी आणि समाधानी ठेवण्यासाठी झाडांचे जंगल जतन करण्याशिवाय दुसरा पर्याय नाही. अन्यथा संकटांची मालिका सुरू व्हायला फार उशीर लागणारच नाही.

❖❖❖

न करावा भेद!

ऊसात साखर आहे, हे निराळे सांगावे लागत नाही. पिकलेल्या फळांचाही गुणधर्म यापेक्षा वेगळा नाही. पांढरीशुभ्र दिसणारी, दाणेदार, ब्रँड बनलेली ही साखर माणसाला मोहीत करते. त्यापेक्षा गूळ जास्तच गुणकारी आहे, हे जाणत्या खाणारांना चटकन कळते. हल्ली गुळाचा गुणप्रसार जोरात सुरू झालेला आहे. गोडवा सारखा असला तरी गुणवत्ता वेगवेगळी आहे. थोडक्यात काय तर गुणधर्म समान असले तरी ज्याची त्याची चव निराळी आहे. सगळ्याच फळांत साखर आहे. चिकूसारखे फळ पूर्णतः साखरप्रधान आहे. पण ते फळ सगळ्यांनाच चालत नाही. मोसंबीमधील साखर प्रभावी, पाचक आणि तात्काळ शक्ती आणि उत्साह प्रदान करते. ऊस हा साखर आणि गुळाचा जनक आहे.

विविध औषधांमध्ये बहुप्रकारच्या साखरेच्या चवी मिसळून असतात. त्यामागचा उद्देश कडू औषध चटकन पोटात जावे असा असतो. म्हणूनच औषधी गोळ्यांना गोडपणाचा वर वर थर चढवलेला असतो. मूळ स्वभावधर्म हा जास्त महत्त्वाचा. बाकी भेद हे इतरांना जाणणारांसाठी असतात. या हातांनी खाल्ले काय, अथवा त्या हातांनी खाल्ले काय; खाण्यात भेद नाही. मानवी स्वभावच मुळात असमाधानी आहेत. हे करून पाहावे वाटते; ते करून पाहावे वाटते. माणूस कशाने म्हणून तृप्त कधीच होत नाही. माणसांच्या जिभेला धरून असलेली लाळ जास्तच हावरट असावी. लाळेचा लळा पदार्थांना सोडत नाही. त्यामुळे काय काय खाऊ असं माणसाला सतत वाटते. पदार्थ खाणारा-फळं खाणारा-अन्न खाणारा हाच माणूस 'पैसा खातो' हे एक विचित्र असे गणित आहे. वेगळ्या अर्थी एखाद्या खादाड माणसाला 'चरतो' हे क्रियापद लागू पडते हे अगदीच खोटे नाही.

थोडक्यात असे की, 'न करावा भेद' हे एकप्रकारे वचन आहे. दोन विषयांतील मर्म समजून घेणारे. 'समानता' हे त्याचेच दुसरे एक नाव आहे. फरक स्पष्ट करा- असे एखाद्या विषयाच्या परीक्षेपुरते ठीक. विवेचन, चर्चा, विश्लेषण, अभ्यास

म्हणूनही हे असे स्पष्ट केलेले फरक योग्य. कारण त्यामुळे परीक्षेमध्ये उत्तीर्ण होता येते. मात्र मूळ वस्तू, मूळ गुणधर्म हे मुळात जाऊन समजून घेतले म्हणजे सत्य कळते आणि आनंदही मिळतो. 'न करावा भेद' या न्यायाचा निवाडा करणारा संत जनाबाई यांचा एक अभंग तर फारच बोलका आहे.

पाणी तेचि मेघ मेघ तेचि पाणी।
काय या दोन्हीपणी वेगळीका।। १ ।।
माती तेचि धूळ धूळ तेचि माती।
भेंडा आणि भिंती काय दोन।। २ ।।
साखरी ते गोडी गोडी ते साखरेसी।
थिजले तुपासी काय दोन्ही।। ३ ।।
डोळा ते बुबुळ बुबुळ तो डोळा।
शांति ज्ञानकळा काय भिन्न।। ४ ।।
वदन ते ओठ ओठ ते वदन।
क्षेम आलिंगन काय दोन।। ५ ।।
जीभ ते पडजीभ पडजीभ ते जीभ।
आशा आणि लोभ काय दोन।। ६ ।।
संत तेचि देव देव तेचि संत।
म्हणे जनी मात गोष्ट भिन्न।। ७ ।।

अनेकांचे एक असे प्राणतत्त्व, गुणतत्त्व इथे सांगितलेले आहे. गुणांची, स्वभावांची, वैशिष्ट्यांची, प्रकृतींची, प्रभावांची, परिणामांची, अनुभूतींची एकसंध अशा स्वरूपाची भेद न करावा हे सांगणारी एकरूपता किती सोप्या शब्दांमध्ये संत कवयित्री सांगून जातात. मेघांमधील पाणी दिसते पण तिथे असताना अनुभवता येत नाही पण ते निराळे निराळे नाही. एकच आहे. हेच साखरेच्या दृष्टान्तात, हेच डोळ्यांच्या दृष्टान्तामधून, ओठांच्या या विविध दृष्टान्तांमधून किंवा जिभेच्या दाखल्यामधून सांगितलेले आहे. सहजता आणि सुलभता यांचा संगम साधून दिसणारे दोन विषय मूलतः आणि अंतिमतः एकच कसे आहेत, हे फारच मार्मिक स्वरूपात वरील अभंगामधून सांगितलेले आहे. अभंगाचे अंतिम चरण सत्पुरुष, सद्‌गुण यांवर आणून सोडलेले आहे. 'देव तेथेचि जाणावा' याप्रमाणे संत आणि देव यांच्यातील एकरूपता- एकसंधता सांगून सद्‌गुणांची कीर्ती सहज इथे वर्णिलेली आहे. हा दाखला जगात अनेक आविष्कारांना लागू पडणारा आहे.

खरे तर भेद नजरेसाठी आणि चर्चेसाठी आहेत. चवी आणि स्वार्थ यामुळेही भेदाला वाव दिला जातो. मात्र, तत्त्वज्ञानात त्याला मान्यता नाही. पदार्थविज्ञान या अशा अनाठायी भेदाला मान्यता देत नाही. एखादा विषय सूर्यप्रकाशाइतका स्वच्छ असेल, तर अशा विषयात मिसळलेली अस्वच्छता जगात कोणीही मान्य करत नाही. कारण समाजमान्यता तसेच निसर्गमान्यता एवढ्या सहजासहजी झिडकारता येत नाही! इथे भेदापलीकडचा भाव फार मोलाचा ठरतो.

❖❖❖

...सुजन वाक्य कानी पडो!

जगात गुणी आणि चांगल्या माणसांचा जसा तोटा नाही त्याप्रमाणेच वाईट लोकांचाही सुकाळ आहे. काय घ्यायचे आणि कोणासोबत राहायचे हा ज्याचा त्याचा प्रश्न आहे. मात्र, माणसं पारखून वागणं कधीही उत्तम! हेही खरं, की वळण जसं वाटांना असते तसे माणसालाही. तुम्ही कुणासोबत राहता, फिरता, बोलता, खातापिता, वावरता त्यावरूनही तुमची पत आणि किंमत ही तोलली जाते. हा असा जगाचा तराजू चुकीचा मानता येत नाही. घडवायला, घडायला पुष्कळदा जन्म पुरत नाही. बिघडायला क्षणही पुरेसा असतो.

शिवाय पैसा किंवा दौलत हा एकमेव निकष माणसांची किंमत मोजायला, करायला नसतो. समाजातलं तुमचं वजनही फार फार मोलाचं आणि महत्त्वाचं असतं. अशा वजनाचे दिसणारे सामाजिक परिणाम संस्कारांतून तसेच आदर्शांतून काळाला सतत जाणवल्याशिवाय राहत नाहीत.

जगण्याच्याही न्यायनिवाड्यामध्ये ही गोष्ट तरी खरी, की उत्तम तो उत्तम आणि वाईट तो वाईट! उगीच कृतक खोटी स्तुती करून लबाडांना उत्तम म्हणावयाचे कारण असू नये. खूपदा क्षणिक लाभांपोटी काही माणसं तुमची तोंडावर आणि तोंडापुरती वाहवा करत असतात. मात्र, अशा या कपटांमागचे आतले आवाज घातक आणि दुष्टच असतात. सबब, सामाजिक सावधानी बाळगणे हे जास्त हिताचे मानावे अन्यथा दगाफटका ठरलाच म्हणून समजा! सुजन वाक्य याकरिताच कानी पडावे!

आता हेच पाहा. बाजारात, बाहेर कापडं घातलेली, नाक-डोळे असलेली सगळी माणसं दिसायला तर सारखीच दिसतात; पण म्हणून ती सारखी नसतात. त्यांच्या डोळ्यांतले संशय सहज दिसत नसतात. त्यांच्या पोटातला विखार असा सहजा कळत नाही. म्हणजे पाचही बोटं सारखी नसतात. समग्र सावधानी यातच हित सामावलेले आहे. पारखं असणं आणि सजग राहणं फायदेशीरच असतं.

ही जगरहाटी समजून घेताना मुळात बदमाशांना ना भय ना लज्जा असते. त्याला स्वतःला बसलेल्या झळेविषयी काहीएक वाटत नाही. मात्र, तो इतरांना पीडा देतो. इतरांना घेऊन खोल तळ गाठतो. म्हणून त्यासाठीच 'सुसंगती सदा घडो, सुजन वाक्य कानी पडो' असे जे म्हणतात ते पूर्णतः सत्य होय. उत्तमांचा मिळणारा सहवास आणि उत्तमांकडून काही उत्तम ऐकायला मिळणे हा सर्वहिताचा, सर्वफायद्यांचा विषय. संत नामदेव महाराजांचा फार छान अर्थाचा एक अभंग आहे. ज्यामध्ये दुर्जन हा कसा स्वतःच्या पायांवर धोंडा पाडून घेतो आणि स्वतःबरोबरच इतरांनाही कसा इजा पोचवितो, या आशयाचे त्यात उद्‌बोधक प्रबोधन केलेले आहे. हा तो अभंग :

''दुर्जनाची बुद्धि वोखटी दारुण।
आपण मरोनि दुजिया मारी।।
माशी जातां पोटी मेली तेचि क्षणीं।
प्राण्या वोकवूनि कष्टी करी।।
दीपकाची ज्योति पतंग नासला।
अंधार पडिला जनांमध्ये।।
तैसा नैसर्गिक स्वभाव दुष्टांचा।
शेखीं ज्याचा त्यासी फळां येतो।
जाली सज्जनाची संगति कदापि।
जाईना तथापि त्याची क्रिया।।
सहज मळले धुतां शुद्ध होय।
बिबव्याचा काय डाग जातो।।''

हे म्हणजे विचार आणि वागणे यासाठी कामी येणारे हे बोधामृत. संतमहात्मे काय अथवा सुधारकांनी काय यांचे अवघे जीवन आणि त्यांची कृती हे सर्व समाजाचे धन आहे. त्यांच्या विचारांनी, त्यांच्या लेखकांनी शतकानुशतके हा समाज, हा काळ उजळून निघत राहिला आहे. आपले मन, आपली दिशा उजळून टाकण्याची भली मोठी शक्ती या अभंगामध्ये दिसून येते. असे अगणित अभंग माणसाला बळ आणि भान देतात, वाट चुकलेल्या माणसाला प्रकाशाकडे घेऊन जातात. सुजन वाक्य कानी पडो, हे तत्त्व त्यासाठीच आहे.

ज्याला त्याला खरा चेहरा आणि मुखवटा हा पारखता यायला हवा. ज्यामुळे धोका टळतो. त्यासाठी तुमची सावधानी कामाला येते. याउलट तुम्ही बेसावध

राहिला की घात होतो! जगायची शिकवण जगामधून जास्त मिळते. कारण यात प्रत्यक्षता असते. अनुभव असतो. ऊन, वारा, पाऊस झेलल्याचा जगण्याला संदर्भ असतो. इथले आणि यातले शहाणपण हे अधिक खरे शहाणपण. स्वतःसोबत दुसऱ्यालाही घेऊन मरणारे आत्मघातकी समूहाचे प्रतिनिधी असतात. ज्यांचे भय मेलेले असते. दुष्टाला सुष्टाचे देणेघेणे नसते. उजेडावर झेप घेणारा किडा मरतो खरा, पण उजेडही मारतो. अंधार प्रदान करतो. भला माणूस आणि बुरा माणूस या दोघांच्या वृत्तीप्रवृत्तींचा, गुणावगुणांचा आरसा हा ज्याचा त्याला निरखता यायला हवा; अन्यथा चिखलात पाय फसला म्हणून समजा!

❖❖❖

आहे झाड जंगल तर सर्व मंगल मंगल

'वृक्षवल्ली आम्हां सोयरे' हा संत तुकोबारायांचा उच्चार. जंगल- झाडं- वनं- रानं- सृष्टी- जीव यांच्या आस्थेचा आणि एका सहिष्णुतेमधून उमटलेला उच्चार! जगातील थोर पुरुषांनी जे म्हणून सांगितले, ते सर्वच चिरंतन आहे. समाजमन वाचत, काळ समजून घेत जगाला नीतीचा पाठ थोरांनी शिकवला. या शिकवणीमागे आधी केले मग सांगितले हे एक सूत्र आढळते. म्हणूनच थोरांचा शब्द काळावर शतकानुशतके अगदी ठामपणाने टिकून आहे, ही वस्तुस्थिती आहे. आपल्या परंपरेत, अंगणातील तुळशीला पाणी घालण्याच्या परंपरेच्या प्रवाहांमधून आलेला संस्कार 'रोप-झाड' सांभाळण्याचीच शिकवण देताना दिसतो. गावोगावची देवदेवळे ही गर्द वडपिंपळाच्या डेरेदार सावलीत उभी असलेली आपण पाहतो. श्रद्धा आणि वृक्ष असा हा एक नियम समाजाने हजारो वर्षांपासून जपलेला बघायला मिळतो, यात खोटे काही नाही. वृक्षांच्या जपणुकीची ही शिकवण समाजात प्राचीन काळापासून दिसते.

खरं म्हणजे जंगलझाडी न आवडणारा माणूसच जगात शोधून सापडणार नाही. जंगल कुणालाही भुरळच पाडते. त्याच्या प्रेमात माणूस पडून जातो. सतत माणसांच्या जंगलात राहून जीव हा कसा उबगून जातो. तीच धावपळ, तेच व्यवहार, घुसमटून टाकणारे प्रदूषण, नेहमीचा गोंगाट, गुदमरून टाकणारी गर्दी, धावधाव धावणारी वाहनं, नेहमीचेच बाजार, तेचतेच व्यवहार या सगळ्यांमधून जणू मोकळा श्वास घ्यायलाही माणसाला उसंत नाही, अशी सगळी एकूण परिस्थिती आपली तगमग वाढविताना दिसते. अशा स्थितीत जंगलझाडी ही कुणाच्याही फार आवडीची जागा होणं अगदी स्वाभाविक असते.

जमीन भरून असलेला सूर्यप्रकाश, संथ मस्त वाहणारा वारा, सकाळ-सायंकाळची छान आल्हाद भरलेली वेळ, विविध पाखरांचे प्रसन्नचित्त आवाज, झाडांच्या पानांची मोहक उबदार सळसळ, मोकळे रान आणि मोकळ्या वाटा या सर्वसर्व प्रसन्न विषयांमुळे माणूस रमून खूष होऊन जातो. हे असे सगळे जंगलाचे देणे आहे. हे सगळे निसर्गाचेच वरदान आहे. हे टाळून जगणे केवळ अशक्य!

वाळवंटात जलगंगा निर्माण करणारे डॉ. राजेंद्रसिंहांसारखे भगीरथ हे आमचे आदर्श होत. झाडं तोडू नका, असा नारा पुकारणारे 'चिपको' आंदोलनाचे जनक सुंदरलाल बहुगुणा हे आमची मोठी ताकद ठरतात. किंवा ब्रह्मपुत्रा नदीच्या भव्य प्रदेशांमध्ये झाडं लावत ती जगविण्याचा ध्यास घेतलेले जीवाचे रान करीत झाडी लावून जंगलच उभे करणारे पद्मश्री जादव पायेंग हे आमची प्रेरणाच होऊन जातात. जनमतांचे मोल जाणून नव्या ग्रामविकासाचे स्वप्न सत्यात उतरविणारे पोपटराव पवार हे ग्रामविश्वाचे सच्चे मार्गदर्शक ठरतात. शिवाय तिकडे दूर प्रदेशात आफ्रिकेत लक्षावधी झाडंच झाडं जगवून जंगल उभे करणारी वृक्षमाता. ज्यांना 'ग्रीन बेल्ट मुव्हमेंट'साठी जगाचे नोबेल पारितोषिक मिळाले त्या डॉ. वंगारीताई मथाई या जंगलझाडी संवर्धन करणाऱ्या आमच्या आदर्शच होत! जगाच्या पाठीवर या प्रकारची प्रेरणादायी उदाहरणे अशी कितीतरी सांगता येतील. ज्यांनी जंगल, प्राण, प्राणी, हवा, पाणी, शुद्ध वातावरणासाठी आणि आमच्या सामाजिक मनःशांतीसाठी आयुष्य वेचलेले आहे.

तात्पर्य असे की, बोध असो की, श्रद्धा. ज्ञान असो की विज्ञान, यांच्यातर्फे झाडं जतन करण्याचा संस्कार जर समाजाला मिळत असेल तर तो स्वीकारायला हवा. कारण झाडं तोडणारे हात महत्त्वाचे नव्हेत. उलट एकएक करत झाडं जोडणारे हात आणि हातांसारखेच मन महत्त्वाचे. अशा शिक्षणाची गरज जगाला नक्की जगवील. उजाड परिसर करणे हा धोका आणि दुःखाचा भाग असतो, हे ओळखून झाडांशी मैत्री वाढवलीच पाहिजे. थोर समाजप्रबोधक आणि थोर कवी विचारवंत साने गुरुजी यांनी त्यांच्या 'वृक्षसंवर्धन' नावाच्या आपल्या निबंधामध्ये वृक्षांचे महत्त्व आणि ममत्व प्रकट करताना असे म्हटलेले आहे, भारतीय संस्कृती तर झाडांखालीच वाढली. देवाशी गुणगुण करण्यासाठी उंच जाणाऱ्या झाडांखाली त्यांचे संदेश ऋषींनी ऐकले. वृक्षाचा माथा वर आकाशाला भेटू पाहतो, पाय पाताळाला पोचू पाहतात. शाखा दशदिशांना मिठी मारू पाहतात अशा या झाडांखाली वाढलेली भारतीय संस्कृती ही परमोच्च, परमोदार, परम गंभीर व खोल, अतिविशाल अशी झाली आहे. बेल लावा, तुळशी लावा, दूर्वा लावा, वड-पिंपळ, आम्र-बकुळ लावा. झाडांखाली बसा. झाडांखाली जेवा. घरात काय रोज बसता व जेवता. घर म्हणजे चोहो बाजूंनी कोंडणाऱ्या भिंती. म्हणून मानवांनी मधूमधून वनभोजन करावे. माणसांच्या श्रद्धा आणि झाडांवरील श्रद्धा यांच्या संगमाचा हा साने गुरुजींचा विचार जंगलझाडीची आवड वाढवितो.

❖❖❖

ज्याचे त्यास इमान कामास येते

सरळ वागण्याचा स्वतःसह इतरांनाही त्रास खरं तर होत नाही. एक खोटे बोलण्यासाठी पुढे त्याची शंभर स्पष्टीकरणे देत बसावी लागतात, यापेक्षा खरेच बोलणे अधिक किफायतीचे म्हटले पाहिजे. जगात पावलोपावली खोटे बोलण्याचा काहींनी विडाच उचललेला असतो. त्यांच्यासाठी सत्याची माय मेलेली असते. याला फसव, त्याला गंडव, याला धोका दे, त्याला लुबाड, या प्रकारचे छंद बाळगणारे महाभाग जगात कमी नाहीत. हा सगळा प्रकार म्हणजे जिभेला रक्त लागल्यासारखा असतो. मात्र ही माणुसकीमध्ये बसणारी बाब नव्हे. सरळ, सभ्य, प्रामाणिक, नीतिमान, गुणी, चांगले, नीट आणि सचोटी बाळगत तुमच्या वर्तनातून चांगुलपणाची वाट तयार होते याचा अनेकांना विसरच पडून जातो. मात्र माणूस कधी सुधारत नाही हेच खरे. 'कधी व्हशील माणूस' म्हणूनच म्हटलंय.

इतरांचे अहित करू नये आणि स्वतःच्या हितांपासून दूर जाऊ नये, ही माणुसकीची पायवाटच आहे. तुमचे वागणे इतरांसाठी अनुकरणीय असावे, तर व्यवहार चोख आणि स्पष्ट करावा. म्हणजे बालंट येत नाही. शिवाय दूषणांचे बोट कोणी तुमच्या दिशेने दाखवत नाही. महात्मा जोतिराव फुले यांनी माणसाला व्यवहारभान अर्थात सचोटीचे जीवनभान कसे हवे यासंबंधी 'अखंड'मध्ये फार डोळस तत्त्वज्ञानच असे सांगितलेले आहे.

आद्यापेक्षां जास्त खर्च जे करीती।।
ऋणकरी होती।। जीवा कांच।। १ ।।
सोयरेधायरे मागे पुढें येती।।
तुकडे मोडिती।। दिमाखानें ।। २ ।।
मतलबी स्नेही रसाळ बोलती ।।
भोंदूनीयां खाती।। संधी येतां ।। ३ ।।

गृहकार्यदक्ष होऊं विसरला ।।
चोंबड्यांनीं खाल्ला।। जोती म्हणे ।। ४ ।।

आजही लागू पडणारा हा विचार फार मौलिक! व्यवहारज्ञान, संगतभान आणि सर्वहितदक्षता असा विचार याठिकाणी चिंतनीय असाच आहे. स्वतःसह घर, कुटुंब, जीवनमान सर्वांना उत्तमच सांभाळता यायला हवे. कसे-कसे, कुठले-कुठले डोईंवर ओझे घेऊन जगण्यात मुळीच मजा नसते. आपल्या जीवनप्रणालीमध्ये इतरांनी फालतू लुडबूड करू नये. तशी इतरांनी संधी देऊ नये. अन्यथा तुमचे धन इतरांचे व्हायला उशीर नाही. सामान्य, गरीब, कष्टकरी माणसाला किती सोप्या-सहज शब्दांत महात्मा जोतिरावांनी जीवनाचे हे मार्मिक असे तत्त्वज्ञान सांगितलेले दिसते. 'आपुलिया हितां, जो असे जागतां, धन्य मातापितां तयाचियां' या संतविचारांचा मुख्य सारांशही हाच. दुसऱ्यांचे काही नको आणि माझे असलेले मला सचोटी आणि सभ्यतेने सांभाळता यावे हाच जीवनशिक्षणाचा सामाजिक खरा महामंत्र होय.

थोडक्यात वर्तनाची मुख्य कसोटीच ही आहे, की तुमच्या सुख-दुःखाला तुमचे वर्तनही खूप कारणीभूत असते. दुःखे आभाळातून पडत नाहीत किंवा भुईमधून उगवत नाहीत. तुमचे वर्तन, तुमचे वागणे याचे अंश त्यात उतरतातच. चांगले केले म्हणजे सर्व चांगले होते आणि वाईटच करत राहिलो म्हणजे त्यातून चांगले घडण्याची शक्यता नाही. हा एक सामाजिक स्वरूपाचा प्रचलित नीतीबद्दलचा पाठ आहे. यावरही भरवसा ठेवायला हरकत नाही. स्वतःवर आणि स्वतःच्या कार्यांवर तुम्ही अढळ राहायला हवे.

मानवा उद्योग अनेक आहेत।।
बऱ्यावाईटांत।। काळ जातो ।। १ ।।
आपहितासाठी उद्योग करीती।।
मार्ग दावीताती।। संतानास ।। २ ।।
त्यापैकीं आळशी दुष्ट दुराचारी।।
जन वैरी करी।। सर्व काळ ।। ३ ।।
जसा ज्याचा धंदा तशीं फळें येतील।।
सुखदुःख होतीं।। जोती म्हणे ।। ४ ।।

या दुसऱ्या एका अखंडामधून महात्मा जोतिरावांनी माणसांतील उद्योगनिष्ठेला जागृत केलेले आहे. जशी कृती तसे फळ हा न्याय इथे समजून दिलेला आहे.

हितदक्षता ही सर्व कुटुंबांसाठी कशी योग्य, अशी एक दृष्टी इथे दृढ होताना आढळून येते. तुमचे कल्याण अथवा तुमचे अकल्याण हे ज्याच्या त्याच्या हाती आहे. जनहिताचा, उद्यमशीलतेचा, आळसशून्य; धडाडीने जगण्याचा विकासात्मक जीवनसंदेश म्हणून ही बोधकाव्यं स्वाभाविकच मोलाची म्हणावी अशी आहेत. सद्‌गुणांच्या शिकवणीचा हा जागृत असा धडाच होय.

खरं म्हणजे बेईमानी उलटण्याचीच शक्यता. याउलट इमान मात्र फळांस येते. अर्थात ज्याचे त्यास इमान कामाला येते म्हणजे येतेच आणि म्हणून तुमची कीर्ती होते. पुढली पिढी तुमचे नाव घेते. हे असे करण्यासाठी आणि अशा तऱ्हेने जगण्यासाठी माणसांचा एवढा सुंदर जन्म मानलेला आहे. थोडक्यात हेतू शुद्ध हवा म्हणजे हित चांगले निपजते. अशा चांगुलपणाची मानवी साखळी जगात आजही आहे. या साखळीमध्ये आपल्या हातांची एकेक कडी गुंफत-गुंफत आपण सगळे सदैव पुढे-पुढे जाऊया!

❖❖❖

जपूया भाषाशिक्षणाचा आत्मा

भाषा अथवा साहित्याभ्यास ही प्रक्रिया अव्याहत अशी तर आहेच, शिवाय ती आनंद आणि आकलन वर्धित ठेवणारी प्रक्रिया आहे. 'एका वाक्यात उत्तरे द्या' किंवा बहुपर्याय देत एका पर्यायावर 'बरोबर'ची खूण करणे या पद्धतीचा भाषांचा-साहित्याचा अभ्यास स्पर्धा परीक्षा अथवा यासम असणाऱ्या नाना प्रवेशपरीक्षांच्या अर्हता प्राप्त करण्याच्या दृष्टीने यथार्थही असेल, नाही असे नाही. परंतु स्नातक व स्नातकोत्तर परीक्षांसाठी मराठीसारखा विषय निवडताना शब्दांत, वाक्यात 'मराठी' समजून घेणे नक्कीच अनाठायी आहे. हल्ली विविध ठिकाणी मराठीचा साहित्याभ्यास, भाषाभ्यास अशा संकोचीकरणाचा शिकार होताना आढळतो. त्याबद्दल भाषाशिक्षकांची हळहळ समजून घेण्यासारखी स्वाभाविकच आहे. शिवाय, विद्यार्थ्यांचीही आनंद, आकलनाची विहीर या प्रकारच्या भाषा संकोचीकरणामुळे कोरडी राहणार आहे. याचे शैक्षणिकच नव्हे तर सामाजिक दुष्परिणामही असतात, हे व्यापक चौकटीत विचार केला तर समजू शकते.

परीक्षांचे तसेच पाठ्यक्रमांचे प्रारूप निदान विद्यापीठ स्तरावर तरी तोट्याचे आणि साहित्यातला जीव गमावून टाकणारेच आहे. उदाहरणार्थ, एखादा कवितासंग्रह शिकणे-शिकवणे फार आनंदाचे पर्व असते. कवीची ओळख, त्याचा समकाल, प्रवाह, जीवनानुभव, काव्यानुभव हे समजून घेत पुस्तकांकडे जाणे समुचित असते. याशिवाय कवितेची प्रकृती, काव्याशय, शैली, भाषा, त्यातील छंद-अलंकार विचार आणि कवितेचा समग्र अभ्यास-प्रभाव, एकंदर सामर्थ्य-मर्यादा या सर्व बाजूंनी कवी व कवितासंग्रह समजून घेणे आनंदाचेही आणि आकलनदृष्ट्याही अधिक समर्पक असते. मग हाच नियम कमीअधिक भेदाने अन्य साहित्य प्रकारांना संलग्न करता येईल. ही इतकी सुंदर प्रक्रिया हळूहळू, विद्यापीठ भाषाभ्यासातून मालवत जाण्याची भीती विद्यार्थी-शिक्षक नोंदवताना दिसतात.

संकोचीकरणाचा तोटा

भाषाभ्यास-साहित्याभ्यास यातील संकोचीकरणाचा हा तोटा ऐरणीवर यायला हवा. कारण सुट्या सुट्या विधानांचे प्रश्न देऊन हा अभ्यास करता येत नाही, आणि जर केला तर 'तशा' बीए, एमए होऊन 'मराठी' होण्याला मुळात फारसा अर्थ नाही. मधल्यामधल्या व जवळच्या वाटा या रीतीने निर्माण करून साहित्यगंगा आपण कोरडीठाक ठेवतो आहोत. याचा विचार विद्यापीठ अधिकारमंडळांनी विशेष करून अभ्यासमंडळांनी करायला हवा. 'नारायण सुर्वे यांच्या पहिल्या कवितासंग्रहाचे नाव सांगा', 'ग्रेस यांचे पूर्ण नाव काय?' किंवा 'कोमल ही कादंबरी कुणी लिहिली?' अथवा 'ना. धों. महानोरांच्या कोणत्या कवितासंग्रहाला साहित्य अकादमीचा पुरस्कार मिळाला?' या स्वरूपाचे प्रश्न मराठीचा अभ्यास करू पाहणाऱ्या बीए-एमएच्या अभ्यासापुरते वा परीक्षांपुरते असायला नकोत. उलट, शंभर गुणांसाठी अशा साहित्यिकांचा किंवा अशाचा निवडक चार-सहा पुस्तकांचा नीटपणाने आणि सौंदर्यदृष्टी तसेच वाङ्मयीन जाणिवांसह विस्तृत अभ्यास व्हायला हवा. समजून घेत, आनंदात व्हायला हवा. पूर्वी हे सारे या प्रकारे चालत असायचे. अलीकडे, पाठ्यक्रम, परीक्षा यांची प्रारूपं बदलत चालली. यात चांगले गुण जरूर असतील. पण सामाजिकशास्त्रे यांतील ज्ञानप्राप्ती आणि ललितकला अथवा भाषा साहित्याचा अभ्यास निदान, विशिष्ट मराठीसारखा विषय निवडून हाच अभ्यास ऐच्छिक-अनिवार्य अशा रूपात करताना सामाजिक शास्त्रांचे फॉर्म्युले भाषांना व साहित्याला लागू करणे अहिताचे आणि एकांगी ठरू शकतात.

कला विद्याशाखेतील मराठीचा, इंग्रजीचा, हिंदीचा अभ्यास 'एका वाक्यात उत्तरे द्या किंवा जोड्या लावा', असा पूर्ण होत नाही. पदवी-पदव्युत्तर परीक्षांना तर नाहीच नाही आणि जरी केला तरी पोपटासारखा तो होईल, पण 'आकलन, जाणिवा, संदर्भ, निपुणता' या दृष्टीने हा भाषाभ्यास व साहित्याभ्यास पालथ्या घड्यावर पाणी अशाच पद्धतीचा व्हायची भीती आहे. विद्यापीठांच्या भाषाव्यवस्थेत आणि महाविद्यालयांच्या रचनेत 'मराठी'चा साहित्य म्हणून होणारा हा संकोचीकरणाच्या पथावरून धावणारा अभ्यास वा अभ्यासक्रम ज्ञानमूलक नाही आणि समाधानही देऊ करणारा नक्कीच नाही. भाषाभ्यासातील संकोचीकरणाचा हा तोटा व्यवस्थित समजून घेतलाच पाहिजे. तथापि, शालेय पाठ्यपुस्तकांपुरती संकोचीकरणाची अथवा जोड्या लावा, एक वाक्यी भाषा समजून घेण्याची रीत योग्य नक्कीच. शिवाय - स्पर्धा परीक्षा - प्रवेश परीक्षा यांच्यासाठीहा पर्यायवाचक, विधानप्रधान भाषा व साहित्याभ्यास ही थकून जाणारी व स्थळदृष्ट्या योग्यच पद्धत आहे.

पण बीए घेऊन ऐच्छिक मराठीचा अभ्यास करणारे विद्यार्थी आणि त्यापुढचं शिक्षण घेणारे मराठीचे विद्यार्थी साहित्याकडे, भाषेकडे या अशा संकोचीकरणाची वाट काढत 'पास' होत असतील तर भाषा शिक्षणातील आनंद गमावलेली आणि मराठीबद्दल क्षीण ज्ञान हशील केलेली किडलेली मराठीची फौज फक्त बाहेर येईल. आकलनानंदाचा पाय खोलात गेलेला असेल. यापेक्षा दुसरे काय?

सारांश, वाङ्मय अथवा भाषा या मानव्यविज्ञान विद्याशाखेमधील एकंदर अभ्यासाचे स्वरूप त्रोटक राहिले तर साहित्याभ्यास करणाऱ्या विद्यार्थ्यांच्या पदरात फार काही पडणारे नसते. साहित्याभ्यास किंवा भाषाभ्यास असा एकदम संकोचीकरणाच्या पातळीवर सोडून देता येणार नसतो. एका लेखकाचा अभ्यास करताना तसेच एखाद्या अभ्यासपत्रिकेमध्ये दोनचार काव्यसंग्रहांचा अभ्यास करताना भाषेच्या विद्यार्थ्यांना पुरते समाधान त मिळतेच. पण त्यासमवेत लेखकाची एकंदर प्रकृती, साहित्य प्रकाराचे वेगळेपण, आकलनाच्या बहुविध मिती, प्रकार, भाषा, शैली, संस्कार, प्रभाव, परिणाम आणि मूल्यमापन अशा अनेक घटकांचा विचार लेखकाभ्यासमधून, काव्यसंग्रहाच्या अभ्यासामधून करता येतो. यातून भाषा-साहित्याचे विद्यार्थी नीट घडायला साह्य होते. एका वाक्यात प्रश्न बसवून आणि त्या प्रश्नांना चार पर्याय देऊन दिलेल्या पर्यायांवर 'योग्य' उत्तराची खूण करून साहित्यातला, भाषेतला आनंद सांडून जातो. हे या प्रकारचे साहित्यसुखाचे आणि भाषानंदाचे संकोचीकरण मराठी भाषा-साहित्य संस्कृतीला स्वाभाविकच उपकारक अजिबात नाहीत. महाविद्यालयांतील, विद्यापीठांतील भाषा-साहित्याचे शिक्षण आणि त्या शिक्षणाचे बराकीकरण आनंद हद्दपार करणारे ठरणारे असते. कारण, एक लेखक अभ्यासताना त्यांचे समकालीन विविध लेखक समजून घ्यावेच लागतात. शिवाय कथासंग्रह, कादंबरी, नाटक, काव्यसंग्रहाचे अध्यापन-अध्ययन करताना इतर पुष्कळ त्या त्या प्रवाहातील ग्रंथ संदर्भासाठी गाठीशी ठेवावेच लागतात. पाया म्हणून मौलिक समीक्षेचेही आणि साहित्येतिहासाचीही सढळ मदत अशा वेळी कामास येते. यातून भाषा संकोचीकरणाचे अडथळे दूर होतात आणि साहित्य भाषाभ्यासांची तजेलदार पिढी उभी राहते हे सत्य आहे. तशी ती उभी करण्याचा संकल्प आणि निर्धार आजच्या 'मराठी राजभाषा दिना'च्या निमित्ताने करूयात.

❖❖❖

* 9 7 8 9 3 8 9 8 3 4 6 0 4 *

FCW - #0206 - 061026 - C0 - 216/140/7 - PB - 9789389834604 - Matt Lamination